கருட புராணம்

ராஜி ரகுநாதன்

கருட புராணம்
ராஜி ரகுநாதன் ©

சுவாசம் பதிப்பகம்

முன்னட்டை: ஓவியர் ஜீவா

Karuda Puranam
by Raji Raghunathan ©

First edition: Dec 2022
ISBN: 978-93-95272-15-5
Title Number: Swasam 026

Published by:
Swasam Publications Private Limited,
52/2, Near B.S Mahal, Ponmar,
Chennai, Tamil Nadu – 600127
Email: swasam.publications@gmail.com

Printed by: Adyar Students Xerox, Chennai - 600 002.

To buy the book: Swasam Bookart - +91-8148066645
Website: https://www.swasambookart.com/

உள்ளே...

பிரார்த்தனை

கோவிந்தம் மாதவம் க்ருஷ்ணம் ஹரிம் தாமோதரம் ததா
நாராயணம் ஜகந்நாதம் வாசுதேவ மஜம் விபும் !

சரஸ்வதீம் மகா லக்ஷ்மீம் சாவித்ரீம் வேத மாதரம்
ப்ராஹ்மணம் பாஸ்கரம் சந்த்ரம் திக்பாலாம்ஸ்ச க்ருஹம்
ஸ்ததா !!

அம்ருத கலச ஹஸ்தம் காந்தி சம்பூர்ண தேஹம்
சகல விபுத வந்த்யம் வேத சாஸ்த்ரைர் அசிந்த்யம் !

விவித சுலப பக்ஷர் தூயமாண்ட கோலம்
சகல் விஷ விநாசம் சிந்தயேத் பக்ஷி ராஜம் !!

சஞ்சீவ பர்வதோத்தார மனோ துக்கம் நிவாரய
ப்ரஸீத சுமஹாபாஹோ த்ராயஸ்வ ஹரிசத்தம !!

முன்னுரை

ராஜி ரகுநாதன்

புராணம் என்ற சொல்லுக்குத் தொன்மையானது, பழமையானது என்பது பொருள். 18 புராணங்கள் உள்ளன. ஸ்ரீஹரியின் அம்சத்தோடு பிறந்த வேதவியாசர் இவற்றை எழுதினார். இறைவனின் லீலைகள், பண்டைய அரசர்களின் வரலாறுகள் ஆகியவற்றோடு அண்டம், பிண்டம், பிரம்மாண்டம் உற்பத்தியானது பற்றியும் விவரிப்பது புராணம். பாரதத் தேசத்தின் கலாசாரம், நாகரிகம், வாழ்க்கை முறை, பழக்க வழக்கங்கள், கர்ம பூமியான பாரதத் தேசத்தின் முக்கியத்துவம், சனாதன தர்மத்தின் உயர்வு போன்றவை தெரிய வேண்டும் என்றால் புராணங்களைத் தவறாமல் படிக்க வேண்டும்.

நம் பழம்பெரும் புராணங்களுள் ஒன்றான 'கருட புராணம்' சாத்வீகப் புராணம். கருடனின் வினாக்களுக்கு ஸ்ரீ மகாவிஷ்ணு அளித்த பதில்களே கருட புராணம் எனப்படுகிறது.

கருட புராணத்தின் பெயரைக் கேட்ட உடனே, 'யாராவது மரணம் அடைந்தால் 10 நாட்களும் படிக்க வேண்டுமே தவிர, மற்ற நேரங்களில் படிக்கக் கூடாது' என்று கூறுவார்கள். கருட புராணம் புத்தகத்தையே வீட்டில் வைத்துக் கொள்ளக் கூடாது என்றும், இரவில் படிக்கக் கூடாது என்றும்கூடச் சொல்பவர்கள் இருக்கின்றனர். இது தவறான

கருத்து. இந்தக் கருத்துகளுக்குச் சாஸ்திர ரீதியான ஆதாரம் எதுவும் இல்லை.

சாஸ்திர வாக்கியங்களின் மேல் கொள்ளும் நம்பிக்கைக்குச் 'சிரத்தை' என்று பெயர். 'சிரத்தை' இருந்தால்தான் ஞானம் கிட்டும். 'ஸ்ரத்தாவான் லபதே ஞானம்'.

தத்துவ ஞானத்தை விளக்கும் கருட மகா புராணம் மிக உயர்ந்தது. இதில் 318 அத்தியாயங்கள் உள்ளன. அவற்றில் 318 விஷயங்கள் பற்றிக் கூறப்பட்டுள்ளன. பிறப்பு — இறப்பு என்ற சக்கரத்தில் சிக்கித் தவிக்கும் மானுடன் கட்டாயம் இதனைப் படித்துத் தெளிவு பெற வேண்டும். அதில் உள்ள கருத்துகளை அடுத்த தலைமுறைக்கு விவரித்துச் சொல்ல வேண்டும்.

மரணத்திற்குப்பின் ஜீவனின் பயணம் பற்றி விரிவாகத் தெரிவிக்கிறது கருட புராணம். ஜீவன் எந்தெந்த நிலையை அடையும், எங்கெங்கு அலையும், இறந்தவருக்குச் செய்ய வேண்டிய கர்ம காண்டங்கள் மற்றும் அவற்றின் நியமங்கள், மிருத்யுவின் (எமனின்) சொரூபம் போன்ற அனைத்தும் இந்தப் புராணத்தில் கூறப்படுகின்றன.

சிந்திக்கத் தெரிந்த மனிதனுக்குத் தோன்றும் அனைத்துக் கேள்விகளையும் நம் சார்பில் நாராயணனிடம் கேட்கிறான் பறவை வேந்தனான கருடன். இதற்கு பகவான் விளக்கமாக எடுத்துரைக்கிறார். இதுவே கருட புராணம். இத்தகைய புராணத்தைப் படிக்க நாம் புண்ணியம் செய்திருக்க வேண்டும்.

எமனுடைய அரண்மனை, சித்திரகுப்தன் கணக்கு எழுதுவது, பாவம் செய்தவர்கள் நரகம் அனுபவிப்பது போன்றவற்றைப் படிக்கும்போது நிச்சயம் நாம் பாவம் செய்யத் தயங்குவோம்.

உதாரணத்திற்கு, "அங்குச் செம்பினால் செய்யப்பட்ட ஆண் பாவைகளும் பெண் பாவைகளும் அக்னியில் சூடேற்றப்பட்டு தகதகவென்று தகித்துக் கொண்டு இருந்திருக்கின்றன. தம் மனைவி அல்லாத பிற பெண்களைக் கூடி மகிழ்ந்த ஜீவன்களை எம தூதர்கள், 'பாவிகளே! தர்மமும் மானமும் பாராமல் பிறர் மனைவியரைக் கூடிய பாவத்திற்கு நீங்கள் அனுபவிக்க வேண்டிய பலன் இது' என்று அதட்டிச் சொல்லி, நெருப்பெனக் கொதிக்கும்

பெண் பதுமையோடு பாவிகளை ஒன்று சேர்ப்பார்கள். தம் கணவன் அல்லாத பிற ஆண்களோடு சேர்ந்த மங்கையரை, தீயாய்த் தகிக்கின்ற ஆண் பதுமையோடு அங்கனமே ஒன்று சேர்ப்பார்கள். ஆண் தன் மனைவியைத் தவிரப் பிற பெண்களைக் கூடிக் கலந்ததற்கும், பெண் தன் கணவனை அன்றிப் பிற புருஷனைக் கூடியதற்கும் எமலோகத்தில் விதிக்கப்படும் தண்டனையைப் பார்த்தாயா கருடா! வினதையின் மைந்தனே! இத்தகைய கொடிய தண்டனைத் தரப்பட்டும் ஆண், பெண்களில் நல்லொழுக்கத்தில் நிற்பவர்களைப் பூவுலகில் காண்பதற்கு அரிதாகி வருகிறது" என்கிறார் நாராயணன்.

சாளக்கிராமம், நவரத்தினம், கோவில் நிர்மாணம், விண்வெளி விஞ்ஞானம், ஜோதிடம் பற்றி எல்லாவற்றையும் விரிவாகக் கூறியுள்ளார் பரமாத்மா. முற்பிறவி, மறுபிறவி, உடற்கூறுகள், முக்தி அளிக்கும் தலங்கள், இன்ப துன்பத்துக்கான காரணங்கள் எனப் பலவற்றை விளக்குகிறது கருட புராணம். இன்னும் பலப்பல விஷயங்கள் கருட புராணத்தில் உள்ளன. அவற்றையெல்லாம் சுருக்கமாகவும் எளிமையாகவும் பார்ப்போம், வாருங்கள்.!

கருட புராணம் – அறிமுகம்

கருட புராணம் என்றவுடன் பலருக்கும் பக்தியை விட அச்சமும் ஆர்வமும் அதிகமாகிறது. 'தஸ்மாத் சாஸ்த்ரம் ப்ரமாணந்தே கார்யா கார்ய வ்யவஸ்திதே' என்கிறார் கீதையில் கிருஷ்ணப் பரமாத்மா. நம் நம்பிக்கை சாஸ்திரப் பிரமாணத்தோடு இருக்க வேண்டுமே தவிர நம் சென்டிமென்டெல்லாம் சாஸ்திரம் ஆகாது. நமக்கு நாமே ஏற்படுத்திக் கொள்ளும் அபிப்ராயங்கள் சாஸ்திரம் அல்ல.

உண்மையில் கருட மகா புராணம் 314 அத்தியாயங்கள் கொண்டது. 'கடலில் ஓர் அலையை மட்டும் பார்த்துவிட்டு அதுதான் கடல்' என்று கூறுவது போல மக்களிடம் புழக்கத்தில் உள்ளது 16 அத்தியாயங்கள் கொண்ட பகுதி மட்டுமே. இதில் மரணத்திற்குப் பின் ஜீவனின் பயணம் விளக்கப்படுகிறது. இது மட்டுமே கருட புராணம் அல்ல.

எல்லோரும் படித்துப் பயனுற வேண்டும் என்றுதான் வியாசர் மகா புராணங்களைப் படைத்தார். அப்படி இருக்க அச்சமேன்? அதிலும் கருட புராணம் ஸ்ரீமந் நாராயணன் நாவிலிருந்து வெளிப்பட்டது. அதில் அசுபம் இருக்க வழி உண்டோ? சிந்திக்க வேண்டும்.

எப்போதும் படித்துப் பயனுற வேண்டிய நூல் இது. அப்போதுதான் மானுடன் தான் யார் என்பதை உணர முடியும். இதை வீட்டில் வைத்துக் கொள்ளக்

கூடாது என்றோ, இறந்தவர் வீட்டைத் தவிர வேறு எங்கும் படிக்கக் கூடாது என்றோ புராணங்களில் எங்குமே சொல்லப்படவில்லை.

ஆனால், இந்த 16 அத்தியாயங்களின் இறுதியில் ஒரு வாக்கியம் உள்ளது. மரணம் நடந்த வீட்டில் 10 நாட்களும் கருட புராணத்தைக் கேட்டால் மரணமடைந்தவருக்கும் கேட்பவருக்கும் நற்கதி கிடைக்கும் என்ற நற்செய்தி உள்ளது. அதற்காக அந்த 10 நாட்களில் மட்டுமே படிக்கவோ கேட்கவோ வேண்டும் என்று பொருளில்லை. இன்னும் சொல்ல வேண்டுமென்றால், ராமாயணத்தில்கூட இறுதியில், 'ராமாயணம் வேத சமம், ஸ்ராத்தேஷு ஸ்ராவயேத் புத:' என்று வால்மீகி சொல்லியிருக்கிறார். அதாவது ராமாயணம் வேதத்திற்குச் சமமானது. இதனை ஞானமுடையவர் சிராத்தத்தின் போது படிக்க வேண்டும் என்கிறார். அதற்காகச் சிராத்தத்தின் போது மட்டுமே படிக்க வேண்டும். பிற நேரங்களில் படிக்கக் கூடாது என்றா பொருள்?

புராணம் என்றால் என்ன?

மானுடனின் பண்டைய வரலாற்றைக் கூறுவதே புராணம். அதாவது படைப்பின் கதை. வேதம், தர்மசாஸ்திரம், புராணம் இம்மூன்றும் ஹிந்துக்களின் மத நூல்கள். ஸ்ருதி, ஸ்ம்ருதி, புராணம் என்று இம்மூன்றையும் அழைக்கிறோம். இவை ஒன்றுக்கொன்று மாறுபட்டதோ வேறுபட்டதோ அல்ல. புராணங்கள் மட்டும் இல்லாதிருந்தால் ஹிந்து மதம் உயிரோடு இருந்திருக்காது. புராணங்கள் மூலமாகவே நமக்குப் பண்டிகைகள், ஆசாரங்கள், கலாசாரம், பழக்க வழக்கங்கள் அனைத்தும் நிலைபெற்று விளங்குகின்றன. சாமானிய மக்களுக்காக வியாசர் படைத்து அருளியவை புராணங்கள்.

வேதங்களை நான்காகப் பகுத்த வியாசர் அதோடு திருப்தியடையாமல் அவற்றின் சாரத்தைக் கொண்டு 18 மகா புராணங்களை ஏற்படுத்தினார்.

கலியுக மானுடனின் அறிவு நிலையை உணர்ந்து வேதங்களை ஆதாரமாகக் கொண்ட ஆயுர்வேதம், கந்தர்வ வேதம், ஜோதிட சாஸ்திரம், மந்திர சாஸ்திரம், வேதாந்த சாஸ்திரம் போன்ற அனைத்தையும் புராணங்களில் இடம்பெறச் செய்தார் வியாசர்.

புராணங்களைத் தாழ்வாக நினைக்கும் வேதாந்திகள் சிலர் உள்ளனர். பிரம்மவித்யையை எடுத்துரைப்பதற்காக வேதாந்தத்தை எளிமையாக்கி புராணங்களைப் படைத்தார் வியாசர். புராணங்கள் பிரம்ம வித்யையை எடுத்துரைப்பதற்காகப் பிறந்தன. கர்ம, பக்தி, ஞான மார்க்கங்கள் மூன்றையும் தெளிவுபட எடுத்துரைப்பதற்காகவும், நம்மை முழுமையாக வழி நடத்துவதற்காகவும் பிறந்தவை புராணங்கள்.

புராணங்களின் பொதுவான இலக்கணம் என்ன?

புராணம் என்னும் படைப்புக்கு ஐந்து குணங்கள் இருக்கும். "சர்கஸ்ச ப்ரதிசர்கஸ்ச வம்சோ மன்வந்தராணி ச வம்சானுசரிதம் சைவ புராணம் பஞ்ச லக்ஷணம்" என்று கூறுவர்.

சர்கம் என்பது படைப்பின் தொடக்கத்தை விவரிப்பது. சிருஷ்டி எப்படித் தோன்றியது, எப்படி வளர்கிறது என்பதைப் புராணங்கள் விளக்குகின்றன. ப்ரதி சர்கம் என்பது சில கல்பங்களுக்குப் பிறகு பிரளயம் ஏற்பட்டு மீண்டும் சிருஷ்டி நடப்பது பற்றி எடுத்துக் கூறி விளக்குகிறது. அடுத்து வம்சங்களின் வரலாறு. இது இரு வகைகள். தேவர்களின் வம்சம், ரிஷிகளின் வம்சம். அடுத்து மன்வந்தரங்களின் காலங்கள். அந்தந்த மன்வந்தரங்களில் தோன்றிய பல்வேறு அரச பரம்பரைகளையும் அவர்கள் அரசாட்சிக் கதைகளையும் கூறுகிறது வம்சானு சரிதம். இந்த ஐந்தையும் விவரிப்பதே புராணம் என்னும் படைப்பு. எந்தப் புராணத்தை எடுத்துக் கொண்டாலும் இந்த ஐந்தையும் பற்றிக் கூறுகின்றன.

மகா புராணங்கள் 18. அவை: மத்ஸய புராணம், மார்க்கண்டேய புராணம், பவிஷ்ய புராணம், பாகவத புராணம், பிரமாண்ட புராணம், பிரம்ம புராணம், பிரம்ம வைவர்த்த புராணம், வராக புராணம், விஷ்ணு புராணம், வாமன புராணம், வாயு புராணம், அக்னி புராணம், நாரத புராணம், பத்ம புராணம், லிங்க புராணம், கருட புராணம், கூர்ம புராணம், ஸ்கந்தபுராணம். இவை தவிர 18 உப புராணங்களும் உள்ளன.

கருட புராணம் இரண்டு பாகங்களோடு கூடியது. முதல் பாகம் பூர்வ காண்டம். அடுத்தது உத்தரகாண்டம். பூர்வ காண்டத்தை ஆசாரக் காண்டம் என்பர். ஆசாரம் என்றால்

ஆசரிப்பது. அதாவது . கடைப்பிடிப்பதும் கடைப்பிடிக்க வேண்டியதும். ஆசாரக் காண்டத்தில் 243 அத்தியாயங்கள் உள்ளன. இது தேவநாகரி லிபியில் கிடைக்கிறது.

உத்தரகாண்டம் இரண்டு பகுதிகளோடு கூடியது. அவை தர்ம காண்டம், பிரம்ம காண்டம். தர்ம காண்டத்தில் 42 அத்தியாயங்களும், பிரம்ம காண்டத்தில் 29 அத்தியாயங்களும் உள்ளன.

கருட மகா புராணம் மொத்தம் 314 அத்தியாயங்களைக் கொண்டது. தர்ம காண்டத்தில் ‘பிரேத கல்பம்’ என்ற பெயரில் ஒருபகுதி உள்ளது. அதிலிருந்து 16 அத்தியாயங்களை எடுத்து ‘கருட புராண சாரோத்தாரம்’ என்ற பெயரில் ஒரு நூலைப் பிரித்தனர் ரிஷிகள். அவ்வாறு செய்ததில் ரிஷிகளின் உத்தேசம் என்னவென்றால், இதனை நன்றாக அறிந்து கொண்டால் இகலோகத்தில் வாழும் மனிதனுக்கு பரம் பற்றிய அறிவு ஏற்படும் என்பதற்காக பிரத்யேகமாக 16 அத்தியாயங்களைத் தனி நூலாக்கி வைத்தார்கள். இதன் மூலம் மனிதக் கண்களுக்குத் தென்படும் ஸ்தூல தேகம் மட்டுமின்றி, கண்ணுக்குத் தென்படாத சூட்சும, காரண சரீரங்களைப் பற்றியும் அவற்றின் நிலைகளைப் பற்றியும் அறிய முடியும்.

உத்தம ஜீவன், முக்தி பெறும்போது எவ்வாறு செல்லும்? எங்குச் செல்லும்? பக்தன் திவ்யலோகங்களுக்கு எவ்வாறு செல்வான்? இவற்றைக் கூறிய பின்பு நரகத்திற்குச் செல்லும் ஜீவனின் பயணம் எவ்வாறு இருக்கும் என்று கூறும் சந்தர்ப்பத்தில் இந்த 16 அத்தியாயங்களும் கூறப்படுகின்றன.

இந்த விளக்கங்களை, குறிப்பிட்ட சந்தர்ப்பத்தில் அனைத்துப் புராணங்களும் கூறுகின்றன என்பதை மறக்கக் கூடாது. இதுகுறித்து பாகவத புராணம், விஷ்ணு புராணம் போன்றவற்றிலும் உள்ளது. ஒவ்வொரு புராணத்திலும் மரணத்திற்குப் பிறகு ஜீவனின் யாத்திரை பற்றிய வர்ணனை ஒரு பகுதியாக உள்ளது. ஆனால் புராணங்கள் எவ்வாறு இயற்றப்பட்டன என்றால், ஒரு புராணம் ஒரு விஷயத்தை மிக விரிவாகக் கூறும். அதில் பிற விஷயங்களைக் குறிப்பாக மட்டுமே கூறும். அவ்வாறு குறிப்பாகக் கூறிய அம்சத்தை இன்னொரு புராணம் விரிவாக வர்ணிக்கும். இதுதான் புராணப் படைப்பின் சிறப்பு. மகாபாரதத்தில்கூட கருடன்,

ரிஷிகளுக்கு விவரித்த மோட்ச அத்தியாயம் என்ற பெரிய அத்தியாயமே உள்ளது.

பாரத தேசத்தவரின் உண்மையான வரலாற்றை அறிய புராணங்களைப் படிக்க வேண்டும்.

மேல்நாட்டவரான ப்ரொபசர் வில்சன் என்பவர் நம் புராணங்களை ஆராய்ந்து, 'கருட புராணம் என்சைக்ளோபீடியா ஆஃப் ஹிந்து நாலெட்ஜ்' என்றார். கருட புராணத்தைப் படித்தால் உண்மையான ஹிந்து மதம் எது, உண்மை அல்லாத கருத்துகள் என்னென்ன ஹிந்து மதத்தில் புகுத்தப்பட்டன என்பது சரியாகப் புரிய வரும். சிருஷ்டி தொடங்கியது முதல் உள்ள ஹிந்து மதத்தின் முழுமையான வடிவம், நம் நம்பிக்கைகள், நம் சாஸ்திரங்கள், கலைகள், வேதாந்த வித்யை அனைத்தும் இதில் உள்ளன

இதில் உள்ள ஒவ்வொரு அட்சரமும் நாராயணனின் நாவிலிருந்து வந்தது. அதனால் கருட புராணத்தைக் கேட்கும் போதும் படிக்கும் போதும் மகாவிஷ்ணு பேசுகிறார் என்ற உணர்வு நமக்கு இருக்க வேண்டும்.

நாம் உய்வடைவதற்குப் பயன்படும் விஷயங்களையே பகவான் படைத்திருக்கிறார். ஸ்ரீமகாவிஷ்ணு கருடனுக்கு அளித்த ஞானமே கருட புராணம்.

கருட புராணத்திற்கு உள்ள சிறப்பு என்னவென்றால், சூத பௌராணிகர் நைமிசாரண்யத்தில் சௌனகர் முதலான முனிவர்களுக்குக் கூறினாலும், சூத முனிவருக்குச் சொன்னவர் வியாசர். வியாசருக்கு கஸ்யப மகரிஷியும், கஸ்யபருக்குக் கருடனும் கூறினார்கள். கருடனுக்கு சாட்சாத் விஷ்ணுவே கூறினார்.

முதல் அத்தியாயத்திலேயே இந்த விஷயங்கள் கூறப்படுகின்றன.

இவ்விதமாக கருட புராணத்தின் தோற்றத்தைப் பார்த்தோம்.

கருட புராணம் என்னும் கருவூலம்

கருட புராணத்தில் என்ன என்ன சொல்லப்பட்டிருக்கின்றன என்று பார்ப்போம்.

வேத சம்மதமான தந்திரச் சாதனைகள் கருட புராணத்தில் சில அத்தியாயங்களில் உள்ளன.

- சாதனைக்கு உபயோகப்படும் சாளக்கிராமங்கள், லிங்கங்கள் கோவில்களை எவ்வாறு நிர்மாணிக்க வேண்டும், யாகசாலை எவ்வாறு இருக்க வேண்டும் போன்ற தொழில்நுட்ப விவரங்கள் இதில் உள்ளன.
- அக்னிப் புராணமும் கருட புராணமும் இதுபோல் பல தொழில் நுணுக்கங்களை அளிக்கின்றன. கோவிலின் அளவுகள், கோபுர நிர்மாணம், பிரதிமா சாஸ்திரம் போன்ற ஆகம விஞ்ஞானம் அனைத்தும் அக்னிப் புராணத்தில் விரிவாக கூறப்பட்டுள்ளன. அவை கருட புராணத்திலும் உள்ளன.
- புவனகோச வர்ணனை என்ற அத்தியாயத்தில் புவனங்கள் எவ்வாறு உள்ளன, எந்தெந்த உலகங்கள் எவ்விதம் அமைந்துள்ளன, பூமி எவ்வாறு உள்ளது, பூமியில் எத்தனை தீவுகள், எத்தனை கண்டங்கள், அவற்றுள் எந்தெந்தத் தீவுகளில் என்னென்ன சிறப்புகள், பாரதத் தேசத்தின் பிரத்யேகமான சிறப்பு என்ன என்பவை விளக்கப்படுகின்றன.

பாகவதத்திலும் இதே செய்திகள் உள்ளன. அவற்றை மேலும் விஸ்தாரமாக கருட புராணம் கூறுகிறது.

- ஜோதிட சாஸ்திரம் விரிவாக உள்ளது.

- சாமுத்திரிகா சாஸ்திரம் குறித்துப் பல அத்தியாயங்கள் உள்ளன. மனிதனின் உடல் உறுப்புகள், உதடு, பாதம், தலைமுடி, முகம் என்று ஒவ்வொன்றும் எப்படி இருந்தால் அவன் வாழ்க்கை எப்படி இருக்கும் என்று சொல்லப்பட்டுள்ளது. இத்தகைய சாமுத்திரிகா சாஸ்திரங்களில் நாம் இழந்தவை அதிகம். கிடைத்தவை குறைவு. ஆயுள், சிந்தனை, எத்தனை தூரம் ஆன்மிகத்தில் முன்னேறுவான், என்னென்ன நோய்கள் வரும் என்பதை விளக்கும் சாமுத்திரிகா சாஸ்திரம் இதில் உள்ளது.

- ரத்தின சாஸ்திரம் பற்றிய பெரிய அத்தியாயம் உள்ளது. ரத்தினங்களை எவ்வாறு சோதிப்பது, எந்த ரத்தினம் எந்த ஜாதியைச் சேர்ந்தது என்று விளக்கப்பட்டுள்ளது. நவ ரத்தினங்கள்தான் நமக்குத் தெரியும். கருட புராணம் மேலும் பல ரத்தினங்களைப் பற்றிக் கூறுகிறது. ருத்ராட்சத்தைக் கூட ரத்தின வரிசையில் சேர்த்துள்ளது.

- தீர்த்த மகிமை பற்றிச் சிறப்பான வர்ணனை உள்ளது. க்ஷேத்திர மகிமை பற்றியும் விரிவாகக் கூறுகிறது. கங்கை போன்ற தீர்த்தங்களைச் சிரவணம் செய்தாலும் கூட, அதில் ஸ்நானம் செய்த பலன் கிடைக்கும் என்ற விவரம் உள்ளது.

- ஸ்ராத்த கர்மாக்களின் முறைகள், அவற்றின் பலன்கள், பித்ரு தேவதைகள் என்றால் யார், பித்ரு தேவதைகளின் வழிபாடு மனிதனுக்கு ஏன் தேவை போன்றவற்றை வலியுறுத்திக் கூறுகிறது. பித்ருக்களின் அருளைப் பெறாவிட்டால் நம் நிலைமை என்னவாகும் என்பது பற்றிப் பல கதைகளும் அற்புதமான செய்திகளும் இதில் நிரம்பியுள்ளன.

- விரத விதானங்கள் — எத்தனைவித விரதங்கள் உள்ளன, திதி, நட்சத்திரம், வாரம் இவற்றின் சிறப்புகள் என்ன, எந்த நாளை எவ்வாறு பயன்படுத்துவது, எந்த விரதத்தைக் கடைப்பிடித்தால் என்ன பலன் பெற முடியும் என்பதை இப்பகுதி விளக்குகிறது. மானுடனுக்கு இகலோக சுகமும் வேண்டும்; பரமார்த்தப் பலனும் வேண்டும் அல்லவா!

- சிவராத்திரி விரதம் குறித்துச் சிறப்பாக விளக்குகிறது கருடபுராணம்.

- நீதி சாஸ்திரம் குறித்துப் பல அத்தியாயங்கள் உள்ளன. பிரகஸ்பதி நீதி, ராஜநீதி, தண்ட நீதி என்று பலவற்றைக் கூறுகிறது. வாழ்க்கையில் எந்தப் பிரச்சினையை எவ்வாறு சமாளிப்பது என்பது போன்றவற்றைச் சின்னச் சின்னச் சொற்களில் நீதி சாஸ்திரத்தில் அழகாக விளக்குகிறது கருட புராணம்.

- அர்த்த சாஸ்திரம், தர்ம சாஸ்திரம், காம சாஸ்திரம் அனைத்தும் இதில் உள்ளன.

- வர்ண அமைப்பு, ஆசிரம அமைப்புகள், யார் யார் எவ்வாறு இருக்க வேண்டும், எதைக் கடைப்பிடிக்க வேண்டும் என்ற வழிமுறைகள் இதில் உள்ளன.

- கருட புராணத்தின் முக்கியப் பயன் ஹரி பக்தியை ஏற்படுத்துவது. இதில் கிருஷ்ணாவதாரம் அற்புதமாக விவரிக்கப்பட்டுள்ளது. கிருஷ்ணனின் எட்டு மனைவிகள், அவர்களின் பிறப்பு, முற்பிறவிகள் போன்ற அவதாரக் கதைகள் பல உள்ளன.

- நிதான ஞானம் — நிதானம் என்றால் 'மெதுவாக' என்று பொருள் கொள்வோம். அதுவல்ல. நிதானம் என்றால் Diagnosis. இது நோயைக் கண்டறியும் சாஸ்திரம். இதில் ஆயுர்வேதம் முழுமையாக விளக்கப்பட்டுள்ளது. எந்த நோய், ஏன் வருகிறது என்று விளக்குகிறது. முதலில் பௌதீகக் காரணங்களைக் கூறிவிட்டுப் பின்னர் நோயின் மூலக் காரணத்தை விளக்குகிறது. அழுபவனுக்குக் கண்ணீரைத் துடைப்பதால் என்ன பயன்? அழுவதற்கான காரணத்தை நீக்க வேண்டும் அல்லவா? அதுபோல் முதலில் 'ஔஷதம்' பற்றியும் பின்னர் நோய் எந்தப் பாவம் செய்ததால் வந்தது என்றும் விவரிக்கிறது.

- அதற்குக் கர்ம விபாகம் என்ற பெயரில் சில அத்தியாயங்கள் உள்ளன. இவை அச்சுறுத்துவதற்காக அல்ல. அவற்றுக்கான நிவாரணமும் தீர்வும் உடனுக்குடன் கூறியிருப்பதைப் படிப்பதற்கு ஆச்சரியமாக உள்ளது. ஔஷத விஞ்ஞானத்தில் எந்த மருந்து எவ்வளவு கலக்க வேண்டும் என்றெல்லாம் விவரிக்கப்பட்டுள்ளது.

- அதோடு மணி வித்யை, மந்திர வித்யை ஆகியவையும் உள்ளன. எந்த மந்திரத்தை உச்சரித்தால் எந்த நோய் தீரும், எந்த வழிபாட்டால் எந்த கஷ்டங்கள் நீங்கும் என்பன குறித்து சின்னச் சின்ன தீர்வுகள் கடைப்பிடிக்க எளிமையானதாகக் கூறப்பட்டுள்ளன.

- பிராப்தம் அனுபவித்துத் தீர வேண்டும் என்று இருந்தாலும் கூட, அவற்றை நீக்கிக் கொள்ளும் உபாயங்களால் முன்னேற வேண்டும் என்று கூறுகிறது கருட புராணம். இதைப் படித்தால், அடேங்கப்பா, இத்தனை நோய்கள் உள்ளனவா என்ற வியக்கத் தோன்றும்.
- தினப்படி அட்டவணை எவ்வாறு இருக்க வேண்டும் என்று அருமையான அத்தியாயம் உள்ளது. காலை எழுந்தது முதல் இரவு படுத்து உறங்கும் வரை வாழ்க்கை எப்படி இருக்க வேண்டும், உணவு முறை எப்படி இருக்க வேண்டும், பகலில் என்ன உண்ண வேண்டும், இரவில் என்ன உண்ண வேண்டும், வசந்த காலத்தில் உணவு வகை எப்படி இருந்தால் உடலுக்கு நல்லது, குளிர்காலத்தில் எந்த உணவு நல்லது, சுற்றுச்சூழலில் தட்பவெப்பம் மாறும்போது உணவில் என்ன மாற்றம் செய்ய வேண்டும் என்றெல்லாம் விளக்குகிறது.

இன்னும் நிறைய உள்ளது கருட மகா புராணத்தில்.

- **கோ சாஸ்திரம்:** பசுக்களைப் பற்றிய விவரங்கள், உத்தம ஜாதி இனம் என்று எப்படிக் கண்டறிவது போன்றவை.
- **அஸ்வ சாஸ்திரம்:** குதிரைகள் தொடர்பானது.
- **வியாகரண சாஸ்திரம்:** அழகாகப் பேசுவதற்கும் வாக்கியங்களை அமைப்பதற்குமான இலக்கணத்தை விளக்குகிறது.
- **சந்தஸ் சாஸ்திரம்:** செய்யுள் அமைப்பு பற்றி.
- **யோக சாஸ்திரம்:** அஷ்டாங்க யோகமும் இதில் உள்ளது.
- **வேதாந்தம்** என்ற பிரிவில் பிரம்ம வித்யை பற்றி மிகத் தெளிவாக உள்ளது.

அதனால் கருட புராணம் என்பது ஒரு நூல் அல்ல. பல நூல்களை ஒன்றிணைத்த ஒரு மாபெரும் கருவூலமாகும். நாகரிகமான மக்கள் இனத்தால்தான் இது போன்ற நூல்களைப் படைக்க முடியும் என்பதை உணரும்போது வியப்பாக உள்ளது.

மனிதனின் வாழ்க்கைக்கு என்ன வேண்டுமோ, ரிஷி சிந்தனை செய்து அனைத்தையும் 314 அத்தியாயங்களில் விளக்கியுள்ளார். கடைசியாக வேதாந்தத்தைக் கூறி நிறைவு செய்கிறார் நாராயணன்.

முழுமையான வேத தர்மத்தைக் கருட புராணம் அளிக்கிறது. பலஸ்ருதியை முதலிலேயே கூறிவிடுகிறது. நடுவில் ஒருமுறையும் கடைசியில் ஒரு முறையும்கூட கூறுகிறது. (ஆசிரியர் குறிப்பு: பலஸ்ருதி — ஒரு ஸ்லோகத்தையோ புராணங்களின் பாராயணத்தையோ படிப்பவர், கேட்பவர் அனைவருக்கும் கிடைக்கும் லாபம் அல்லது பலன் என்ன என்பதை விவரிக்கும் பகுதிக்கு பலஸ்ருதி phala sruti என்று பெயர். பொதுவாக நாம் விஷ்ணு, லலிதா சஹஸ்ரநாமங்களின் இறுதியிலும் லக்ஷ்மி அஷ்டோத்திரம் போன்றவற்றின் இறுதியிலும் பலஸ்ருதி இருப்பதைப் பார்க்கிறோம்.)

- கருட புராணம் கல்வி, கலை, வெற்றி, புகழ், வர்ச்சஸ், செல்வம், ஆயுள், ஆரோக்கியம் அனைத்தையும் அளித்து மேலும் உயர்ந்த நிலைக்கு அழைத்துச் செல்கிறது என்று பகவான் விஷ்ணு தெரிவிக்கிறார்.

- வேண்டுபவர்க்கு வேண்டுவது கிட்டும். பிரம்மஹத்தி பாவம் செய்தவனுக்குக் கூட விமுக்தி கிட்டும். அறியாமையை அழித்து பரமகதிக்கு இட்டுச் செல்லும் சக்தி கருட புராணத்திற்கு உள்ளது.

- விஷத்தை முறிப்பவரும் அமிர்தத்தை அளிப்பவருமான கருடனுக்கு,நாராயணன் அருளிய இந்தப் புராணம் மகிமை வாய்ந்தது. ஒருமித்த மனதோடும் நம்பிக்கையோடும் சிரத்தையோடும் படிப்பவர், கேட்பவர், எழுதுபவர், வீட்டில் வைத்திருப்பவர் அனைவரும் உய்வடைவர்.

- இதில் ஒரு ஸ்லோகத்தைப் படித்தால் கூட அகால மரணம் விளையாது. பாதி ஸ்லோகம் படித்தால் கூட தீய சக்திகள் விலகி ஓடும்.

- விஷ்ணுவின் தர்மத்தைக் கூறுவதில் கருட புராணத்தை விட உயர்ந்தது வேறில்லை. தேவர்களில் விஷ்ணுவும், ஆயுதங்களில் சுதர்சனமும், புராணங்களில் கருட புராணமும் முக்கியமானது என்று விவரிக்கிறது பலஸ்ருதி.

கருட புராணத்தில் எம லோக வர்ணனை, நரக வேதனை, ஈமக் கிரியைகள் போன்றவற்றைப் படிக்கும் போது, வைகுண்டத்தில் நாராயணன், கருடனுக்கு விவரிப்பதைக் கேட்டுக் கொண்டிருக்கிறோம் என்ற உணர்வோடு படிக்க வேண்டும்.

இனி கருட புராணத்திற்குள் நுழைவோம்.

கருட புராணம்

தர்மோ ரக்ஷதி ரட்சித:

தர்மத்தை நாம் பாதுகாத்தால் தர்மம்
நம்மைப் பாதுகாக்கும்.

1. நைமிசாரண்யம்

பக்தி நிறைந்த முனிவர்கள் தவம் இயற்றும் நைமிசாரண்யம் என்ற வனத்தில் சௌனகர் முதலான ஆயிரக்கணக்கான முனிவர்கள் பல்லாண்டுக் காலம் சத்ர யாகம் செய்தனர். யாகம் செய்யும் போது புராணங்களைப் படிப்பதும், புராணங்களைச் செவி மடுப்பதும் முக்கிய நிகழ்வாக இருந்தன. அந்தச் சந்தர்ப்பத்தில் வியாச முனிவரின் சீடரும் மகா பண்டிதருமான சூத முனிவரிடம் தர்மங்களையும் புராணங்களையும் கேட்டறிவது சௌனகாதி முனிவர்களின் வழக்கம்.

ஒருமுறை முனிவர்கள் அனைவரும் சுகாசனத்தில் அமர்ந்து, “சூத மகரிஷி! உங்கள் மூலம் இதுவரை பிரம்மபுராணம், சிவபுராணம் என்றெல்லாம் கேட்டுள்ளோம். இனி தத்துவ ஞானத்தை அளிப்பதும், தத்துவப் பொருளை விளக்குவதுமான விஷ்ணு புராணத்தைக் கேட்க விருப்பம் கொண்டுள்ளோம். புண்ணியாத்மா! உண்மையில் பிறப்புக்கும் இறப்புக்கும் காரணம் என்ன? பாவ லோகம் எப்படி உண்டாகிறது? பிரேதப் பிறவி ஏன் ஏற்படுகிறது? நோய்கள் வருவதற்கு என்ன காரணம்? நோய்களைத் தீர்த்துக் கொள்வது எங்ஙனம்? இவற்றைக் குறித்து தாங்கள் கூறுவதைக் கேட்க ஆவலாக உள்ளோம்” என்று விண்ணப்பித்தனர்.

சூத மாமுனிவர் (உடல், மனம், வாக்கு என்னும்) திரிகரணத் தூய்மையோடு கணபதி, ஹரி, ருத்ரன்,

பிரம்மதேவர், சரஸ்வதி ஆகிய கடவுளர்களை வணங்கி, இவ்வாறு உரைத்தார்.

“முனிவர்களில் சிறந்தவர்களே! நீங்கள் சரியான கேள்வியைக் கேட்டுள்ளீர்கள். ஒவ்வொருவரும் அறிந்து கொள்ள வேண்டியவற்றையே கேட்டீர்கள். முன்பு கருடன் ஸ்ரீ மகாவிஷ்ணுவின் பாதங்களைப் பணிந்து இதே கேள்விகளைக் கேட்டார். சர்வஞரும் சர்வாந்தர்யாமியுமான ஸ்ரீமன் நாராயணன் கருடனுக்குப் பதிலளித்தார். அதனைக் கருடன் கஸ்யப முனிவருக்கும், கஸ்யபர் வியாச முனிவருக்கும், வியாச பகவான் எனக்கும் கூறினார். அவற்றை நான் உங்களுக்குக் கூறுகிறேன்” என்று தெரிவித்து, சௌனகர் முதலான முனிவர்களுக்குத் தெய்வீகமான கருட புராணக் கதையை விவரிக்கத் தொடங்கினார் சூத மாமுனிவர்.

2. நான்கு வர்ணத்தாரின் கடமைகள்

"பறவைகளின் அரசனே! கேள்! உலகத்துக்கு நன்மை பயக்கும் கேள்விகளைக் கேட்டாய்! உலகினரின் அறிவுக்கு எட்டாத பல ரகசியங்கள் உள்ளன. பிறப்பு, இறப்பு என்னும் இந்த சம்சாரக் கடலில் இருந்து மீண்டு, முக்தியை விரும்புபவர் இவற்றைக் கவனமாகக் கேட்க வேண்டும். உலகில் பிறந்த பிராணி எதுவானாலும் இறப்பது உறுதி. ஆனாலும், சற்றும் அச்சமின்றித் தூய்மையான உள்ளத்தோடு இறப்பதற்கு யாரும் விரும்புவதில்லை" என்று கூறிய ஸ்ரீமன் நாராயணன், கருடனுக்குப் படைப்பின் தொடக்கத்திலிருந்து விவரிக்கத் தொடங்கினர் என்று உரைத்த சூத மாமுனிவர் மேலும் கூறுகிறார்:

"சிருஷ்டியின் ஆதியிலிருந்து இருக்கும் பரமாத்மா, படைப்பைத் தொடங்க சங்கல்பம் செய்தபோது தன்னுடைய மாயை என்னும் சக்தியைச் சைதன்யத்தோடு வெளிப்படுத்தினார். படைப்பை உருவாக்குவதற்கு நாராயணனிடம் இருந்து உற்பத்தியான முதல் சொரூபம் பிரம்மதேவர். பிரம்மா முதலில் மானச சிருஷ்டியைச் செய்தார். இவர்களே பிரஜாபதிகள், மகரிஷிகள் போன்றவர்கள். பிரம்மாவிடமிருந்து படைப்பின் தொகுப்பான 'மஹத் தத்துவம்' வெளிப்பட்டது. அதனையடுத்து சப்தம், ஸ்பர்சம், ரூபம், ரசம், கந்தம் என்ற பஞ்ச தன்மாத்திரைகளும் அவற்றின் குணத் தத்துவங்களான பஞ்ச பூதங்களும் உற்பத்தியாகின. அவற்றிலிருந்து இந்திரிய சிருஷ்டி உருவானது. அதாவது ஐந்து கர்மேந்திரியங்களும் ஐந்து ஞானேந்திரியங்களும் தோன்றின. பின்னர் மரங்கள், பறவை, விலங்கு

முதலியன தோன்றின. தேவர், அசுரர், பித்ரு, மானுடன் என்ற நான்கு இனங்களைப் படைத்தார் பிரம்மதேவர்" என்று கூறி சூத முனிவர், நாராயணனின் அவதாரக் கதைகளை விளக்கினார். பின்னர், "முனிவர்களே! திருமால் கருடனிடம் கூறுவதைக் கேட்பீராக!" என்றார்.

நாராயணன் கூறுகிறார், "பறவைகளின் அரசனே! கருடனே! மனிதர்களில் பிராமணர், க்ஷத்திரியர், வைசியர், சூத்திரர் என்ற நான்கு வர்ணங்கள் உள்ளன. இந்த நான்கு வர்ணங்களும்என்வடிவங்களே.இவற்றில்எதுவும்உயர்ந்ததோ தாழ்ந்ததோ அல்ல. சமுதாய வாழ்வு செழிப்பதற்கு நான்கு வர்ணங்களும் இன்றியமையாதவை. ஒவ்வொருவரும் தத்தம் வர்ணத்தில் பிறந்ததற்காகப் பெருமையடைய வேண்டும். நான்கு வர்ணத்தாரும் அவரவருக்கான ஆசாரங்களைக் கடைப்பிடிக்காவிட்டால் பாவங்களுக்கான தண்டனையை அனுபவிக்க வேண்டிவரும்.

பிராமணர் வேதம் பயின்று, பிறருக்குக் கற்றுத் தரவேண்டும். யாகம் செய்தல், தானம் அளித்தல் போன்ற உலகிற்கு நன்மை பயக்கும் நற்செயல்களைச் செய்து பிறரையும் செய்விக்க வேண்டும்.

க்ஷத்திரியர் உலகைக் காப்பதற்குத் தம் வலிமையையும் வீரத்தையும் பயன்படுத்த வேண்டும். அப்பாவி ஜனங்களைப் பாதுகாக்க வேண்டும். போர் புரிவதிலும் யாகங்கள் செய்வதிலும் ஆர்வம் கொண்டிருக்க வேண்டும்.

வைசியர் பசுக்களைக் காத்தல், ஏர் உழுதல், பொருளீட்டல், வியாபாரம் போன்ற செயல்களில் ஈடுபட வேண்டும்.

சூத்திரருக்குப் பொருளீட்டல், உழவு, பசுக்களைப் பேணுதல், அனைவருக்கும் உதவுதல் ஆகிய கடமைகள் உள்ளன.

அனைவரும் வேதங்களிடம் மதிப்பு கொண்டு பயின்று அல்லது கேட்டு தர்ம நியாயங்களைக் கட்டாயம் வாழ்வில் கடைப்பிடிக்க வேண்டும். அப்படிப்பட்டவர்கள் புண்ணியம் செய்தவராகிறார்கள். பேராசையை விடுத்து வைராக்கியத்தோடு வாழ்பவர்கள் முக்தி பெறுகிறார்கள். எத்தகைய ஆசையானாலும் அது தவத்தைக் கெடுத்து விடும்.

அவரவர் குல மரபுக்குரிய ஒழுக்கப்படி நடப்பது அவரவருக்கு மிகப் பெரிய தவம். தம் தவத்தில் வழுவாமல் வாழும் மக்கள் போகத்தையும் யோகத்தையும் ஒருங்கே பெற்று நீடூழி வாழ்ந்து இறுதியில் தமக்குரிய உலகை அடைவர் என்று விவரித்தார் ஸ்ரீமன் நாராயணன். பின்னர் உயிர்களின் தோற்றம் பற்றி கருடன் அறிந்து கொள்ள விரும்பினார்.

3. எண்பத்து நான்கு லட்சம் உயிரினங்கள்

பின்னர் கருடன் மஹாவிஷ்ணுவை வணங்கி, “தேவா! உன் சொற்கள் தேவர், மனிதர், அரக்கர், முனிவர் என்று அனைவரும் கேட்க வேண்டியவை. வைகுண்ட நாதா! என் மேல் கருணை கொண்டு உயிர்களின் தோற்றம் பற்றி விளக்கமாகத் தெரிவியுங்கள்!” என்று பிரார்த்தித்தார்.

மகாவிஷ்ணு புன்னகையோடு மென்மையாகவும், இனிமையாகவும் கூறத் தொடங்கினார்.

கருடா! உலகில் 84 லட்சம் உயிரினங்கள் உள்ளன. இவை அனைத்திலும் மானுடப் பிறவியே உயர்ந்தது. 84 லட்சம் வேறுபட்ட உயிரினங்களாகவும் பிறந்து, பரிணாமம் அடைந்து, அனுகூலமான தகுதி பெற்ற ஜீவன், மானுடப் பிறவி எடுக்கிறான்.

உயிரினங்கள் நான்கு விதமானவை. முட்டையிலிருந்து பிறப்பவை, பறவை முதலான 21 லட்சம் உயிரினங்கள். வியர்வையிலிருந்து பிறக்கும் உயிரினங்கள் கொசு போன்றவை. இவற்றிலும் 21 லட்சம் வகைகள் உள்ளன. சில ஜீவிகள் மண்ணில் இருந்து பிறப்பவை. அவை மரம் முதலான 21 லட்சம் பிரிவுகள். மனிதர்களும் விலங்குகளுமாக 21 லட்சம் பிரிவுகள். இந்த 84 லட்சம் பிறவி வேறுபாடுகளையும் ஒவ்வொரு ஜீவனும் பெற்றுப் பரிணாமம் அடைய வேண்டும்.

இன்னும் கேள், கருடா!

உயிரினங்கள் அனைத்திலும் மனிதப் பிறவி மிகவும் உயர்ந்தது என்று கூறுவதற்குக் காரணம் என்ன தெரியுமா? அவனுக்கு இயற்கை அழகை ரசிப்பதற்குக் கண்கள் உள்ளன. பொருட்களின் மணத்தை அறிய நாசி உள்ளது. கோவிலுக்கும் முனிவர்களின் ஆசிரமத்திற்கும் செல்வதற்குக் கால்கள் உள்ளன. தெய்வ வழிபாடு செய்வதற்கும், தெய்வ பக்தர்களைக் கௌரவிப்பதற்கும், பாத்திரம் அறிந்து தானம் அளிப்பதற்கும் கைகள் உள்ளன. மேலும் நன்மை தீமைகளைப் பகுத்தறிவதற்குப் புத்தி உள்ளது. இந்த உறுப்புகள் மற்ற உயிரினங்களுக்கும் இருக்கலாம். ஆனால் அவற்றுக்கு நன்மை எது, தீமை எது என்பது தெரியாது. இவற்றை அறியும் அறிவுத்திறன் மனிதனுக்கு மட்டுமே உள்ளது. அதனால் படைப்பில் மனிதன் முதன்மையானவனாகக் கருதப்படுகிறான்.

மனிதப் பிறவியை விரும்பும் ஜீவன், புண்ணியங்களை அதிகம் செய்ய வேண்டும். அதிலும் முதல் மூன்று வர்ணங்களில் பிறப்பதற்கு மிகவும் கஷ்டப்பட வேண்டும். முற்பிறவியில் பாவங்கள் செய்தவர் சூத்திரர் முதலான ஜாதிகளில் பிறப்பர். அனைத்துப் பிராணிகளுக்கும் பசி, உறக்கம், பயம், இனச்சேர்க்கை இந்த நான்கும் இயல்பானவை. நன்மை தீமைகளை அலசிப் பார்த்துச் செயலாற்றும் அறிவுத் திறன் மானுடப் பிறவிக்கு மட்டுமே உரிய உயர்ந்த சக்தி. மானுடப் பிறவி எடுப்பதற்கு முன்னால் ஜீவன் பல பிறவிகளை எடுக்கிறான். அதன் வரிசைக் கிரமத்தைக் கூறுகிறேன். கவனமாகக் கேள்!

4. ஐம்புலன்களே வீழ்ச்சிக்குக் காரணம்

பிரேதத் தேகம் எடுத்த பின், முதலில் பிசாசு உடலும், அதன் பின் பறவைப் பிறவி, பின்னர் விலங்கு பிறவி, அதன் பின்னரே மானுடப் பிறவி கிடைக்கும். மனிதப் பிறவிகளில் பிராமணப் பிறவி கிடைப்பது மிகவும் உயர்ந்தது. அதிலும் வேதம் பயின்று, நல்ல பழக்க வழக்கங்களும் கடவுள் பக்தியும் மிகுந்த, தர்மத்திற்குக் கட்டுப்பட்டு வாழும் குடும்பத்தில் பிறப்பது மிகவும் சிறப்பானது. சிறந்த வம்சத்தில் பிறந்து விட்டால் மட்டுமே புண்ணியம் வந்து விடாது. வம்சத்திற்குத் தகுந்த மரியாதை, நற்குணம், கல்வி, பணிவு முதலான நல்ல குணங்களைப் பெற்றிருக்க வேண்டும். புலன்களின் பின்னால் ஓடக் கூடாது. அனைத்துத் துன்பங்களுக்கும் புலன்களின் தூண்டுதலே காரணம் என்பதை உணர வேண்டும். புலனடக்கம் கொண்டவனே அறிஞன் எனப்படுவான். வேதங்களைப் படிப்பதால் மட்டுமே ஒருவன் அறிஞனாக முடியாது. வேதம் விதித்த செயல்களைச் செய்பவனே அறிஞன்.

கருடா! மெய், வாய், கண், மூக்கு, செவி என்னும் ஐம்புலன்கள் ஒருவனுடைய வீழ்ச்சிக்கு எங்ஙனம் காரணம் ஆகின்றன என்பதை விளக்குகிறேன் கேள்!

ஒரு காட்டில் மர நிழலில் அமர்ந்து வேடன் ஒருவன் புல்லாங்குழல் ஊதினான். அந்தக் குழலின் இனிமையில் மயங்கி ஓர் அப்பாவி மான் அங்கு

வந்து அவன் விரித்திருந்த வலையில் சிக்கி வருந்தியது. மான் செவிப் புலனால் துயரத்தை அடைந்தது.

ஒரு வேடுவன் யானையைப் பிடிப்பதற்கு ஒரு குழியைத் தோண்டி அதன் மேல் இலைகளையும் கிளைகளையும் பரப்பி மூடி, தான் வளர்த்து வந்த ஒரு பெண் யானையை அதனருகில் நிறுத்தி வைத்தான். அதனால் கவரப்பட்ட மதகஜம் அங்கு விரைந்து வந்து அந்தக் குழியில் விழுந்து துயருற்றது. பெண் யானையின் ஸ்பரிசத்திற்கு ஆசைப்பட்டு 'மெய்' என்னும் தொடும் புலனால் மதகஜம் வீழ்ந்தது.

தேனின் சுவை மீது விருப்பம் கொண்ட தேனீக்கள், மலர்களில் இருந்து தேனை உறிஞ்சி தேன்கூட்டை அமைத்து அதில் சேகரித்து வைத்தன. தேனைக் கவர எண்ணிய வேடுவன், தேனீக்களை தீ வைத்து எரித்தான். தேனீக்களின் மரணத்திற்கு அவற்றின் நாவின் சுவைப் புலன் காரணமானது.

தூண்டிலில் வைக்கும் புழுவின் நாற்றத்தால் கவரப்பட்டு மீன்கள் முள்ளில் சிக்கித் துடிதுடித்து இறக்கின்றன. இதற்கு நாசி (மூக்கு) என்னும் நுகரும் புலன் காரணமாகிறது.

விட்டில்பூச்சி, விளக்கின் ஒளியால் கவரப்பட்டு அதில் வீழ்ந்து மாய்கின்றன. ஆசைகளில் மூழ்கியுள்ள மனிதன் பிற பெண்களின் அழகில் மயங்கி சான்றோரால் இகழத் தகும் செயல்களைச் செய்து சமுதாயத்தில் வீழ்ச்சி அடைகிறான். இதற்குக் கண் என்னும் பார்வைப் புலன் காரணமாகிறது.

வைனதேயா! உலகிலுள்ள உயிரினங்கள் அனைத்தும் புலன்களுக்கு அடிமையாகி எத்தனை துன்பங்களுக்கு ஆளாகின்றனவோ கவனித்தாயா? ஆசையால் இந்தத் துன்பங்கள் நேர்கின்றன.

ஆசையை விடுத்தவன் வெற்றி பெறுகிறான். அவனுக்கு இந்திரியங்களால் எழும் கோரிக்கைகள் இருக்காது. ஜிதேந்த்ரியன் எதற்கும் அஞ்சாமல் மரணத்தைக் கூட அன்போடு எதிர்கொள்வான். இன்பத்தைக் கண்டு பொங்கவோ, துன்பத்தைக் கண்டு துவளவோ மாட்டான். இரண்டையும் சமமாகக் காண்பான். அப்படிப்பட்டவன் இல்லறத்தில் இருந்தாலும் எதிலும் ஒட்டாமல் தாமரை இலைத் தண்ணீர் போல் வாழ்வான். மூடன் ஒருவனே

உலகியல் வாழ்வே நிலையானது என்றும் சுகமானது என்றும் எண்ணுவான். செல்வமே அனைத்திற்கும் மூலம் என்று எண்ணி செல்வத்தைச் சேமிப்பான். யாருக்கும் தானம் செய்ய மாட்டான். அநியாயமாகவும் அக்கிரமமாகவும் செல்வம் சேர்ப்பான். சிறிதும் புண்ணியச் செயல்கள் செய்யாமல் சுயநலத்தோடு தன் சுகத்தை மட்டுமே கணக்கில் கொள்வான்.

புலனடக்கம் கொண்டோர் கடவுள் வழிபாட்டிலும் தான தர்மத்திலும் சிறந்து விளங்குவர். பரமாத்மாவின் சொரூபத்தைத் தியானித்து உயர்ந்த ஆனந்தத்தில் திளைப்பர். பௌதிக சரீரத்திலிருந்து விடுதலை பெற்று பரமாத்மாவோடு சேர்வார்கள்.

திருமாலின் இந்த விளக்கத்தைக் கேட்ட கருடன், மகிழ்ச்சியடைந்து, “முதலும் முடிவும் அற்றவரே! தீனர்களை ஆபத்தில் காப்பவரே! அனாதைகளுக்கு ஆதாரவாக இருப்பவரே! விரதங்கள், விரத நியமங்கள் பற்றி விவரமாகத் தெரிவியுங்கள்!” என்று வேண்டினார்.

5. விரதங்கள்

கருடா! விரதங்கள் பற்றிக் கூறுகிறேன் கேள்!

தர்மம், அர்த்தம், காமம், மோட்சம் என்ற நான்கு புருஷார்த்தங்களும் ஒவ்வொரு மனிதனுக்கும் தேவை. சூரிய உபாசனை, நவக்கிரகங்கள், கணபதி, தேவி, விஷ்ணு, ருத்திரன், ஹயக்ரீவர், குபேரன், அக்னி, அஸ்வினி தேவதைகள் போன்ற கடவுளரின் உபாசனைகளைச் செய்து வழிபட்டு மனிதன் தன் உள்ளத்தைத் தூய்மை செய்து கொள்ள வேண்டும்.

விரதங்கள் திதி, வாரம், நட்சத்திரம், மாத விரதம் என்று நான்கு விதம். விரதத் திதிகளில் சதுர்த்தி, ஏகாதசி, சதுர்த்தசி, அமாவாசை, பௌர்ணமி திதிகள் போன்றவை சிறப்பானவை. மாத விரதங்களில் கார்த்திகை, வைசாகம், மாசி மாதங்கள் சிறப்பானவை. விரத நட்சத்திரங்களில் ரோகிணி போன்றவை உயர்ந்தவை. கிழமைகளில் ஞாயிறு சூரியனுக்கும், திங்கள் கௌரிக்கும் உகந்தவை. அவரவர் சக்திக்கு ஏற்ப விரதங்களைக் கடைப்பிடிக்க வேண்டும். பல விரதங்களை ஆண்டு முழுவதும் தீட்சையாகச் செய்யலாம். விரத விதானங்களைக் காதால் கேட்பது கூட ஒரு விரதம். சிவராத்திரி, கிருஷ்ணாஷ்டமி போன்ற விரதங்கள் மிகச் சிறப்பு வாய்ந்தவை.

கணபதி விரதம்:

சதுர்த்தி விரதம் கணபதிக்கு விருப்பமானது. சுக்லபட்ச, கிருஷ்ணபட்சச் சதுர்த்தியைச் சங்கட ஹர சதுர்த்தியாக வழிபட வேண்டும். கல்வி,

ஐஸ்வர்யம், ஆயுள், புகழ், சந்தானப் பிராப்திக்கு சதுர்த்தி விரதம் முக்கியமானது. உஷத் காலத்தில் கணபதியை ஆதித்திய மண்டல சொரூபமாக வழிபடுவது சிறப்பு. (உஷத் காலம் என்றால் சூரியன் உதித்ததில் இருந்து நாற்பது நிமிடம் வரை.) இதன் மூலம் தடைகள் நீங்கி ஐஸ்வர்யம் பெருகும். கணபதி உஷத் கால பூஜையை விருப்புபவர். அதேபோல் மாலை சாயும் சந்தியா வேளையிலும் கணபதியை வணங்க வேண்டும். புரட்டாசி மாதம் விநாயகர் சதுர்த்தியன்று மட்டுமே மதியத்தில் கணபதியை வழிபடலாம். கணபதி சிருஷ்டி ஆரம்பத்திலிருந்து இருக்கும் ஓங்காரத் தத்துவம். பார்வதி, பரமேஸ்வரரின் தனயனாக அவதரித்தது ஓம்காரத் தத்துவமே. இவ்வாறு காணபத்தியத்தின் மகிமையை அறிவாயாக.

கருடா! விரதங்களைப் பற்றி மேலும் விவரிக்கிறேன். கேள்!

மனிதன் எப்போதும் செய்ய வேண்டியது ஒன்றுண்டு. அதுவே உள்ளத் தூய்மைக்காக முயற்சிப்பது. இதனையே, "சித்தஸ்ய சுத்தயே கர்மா, க்ருதக்னஸ்ய நிவ்ருத்தயே" என்கிறோம்.

முதலில் கூறப்படுவது 'சித்த சுத்தி'. சித்தம் என்றால் முற்பிறவிகளின் அனுபவத்தால் ஏற்பட்ட அந்தக்கரண அமைப்பு. இதுவே அநேக ஜென்மங்களில் சம்ஸ்காரம் எனப்படுகிறது. சித்தத்தில் பாவம், புண்ணியம் என்ற இரண்டு செயல்களில் அனுபவமும் கலந்து இருக்கும். உள்ளத் தூய்மை இல்லாவிடில் பக்தியோ, வேதாந்தத் தியானமோ கைவரப் பெறாது.

அடுத்து 'க்ருதக்னஸ்ய நிவ்ருத்தி'. அதாவது நன்றி மறந்த செயலுக்கு பிராயசித்தம். படைப்பில் மானுடன் அனுபவிக்கும் இயற்கைச் சக்திகள் அனைத்தும் பகவானால் அளிக்கப்பட்டவை என்று உணராவிட்டால் மானுடன் நன்றி மறந்தவனாகிறான். பஞ்ச பூதங்களும் அவற்றை அனுபவிக்கும் ஐம்புலன்களும் இறைவன் அளித்தவையே என்ற உணர்வோடு செயல்புரிய வேண்டும்.

சாமானியர்கள், விருப்பங்கள் நிறைவேறுவதற்காக விரதங்களை மேற்கொள்வர். சான்றோர், தேவதைகளுக்கு நன்றி கூறுவதற்காக விரதங்களைக் கடைப்பிடிப்பர். தேவ ருணம், பித்ரு ருணம், ரிஷி ருணம், மனுஷ்ய ருணம், பிராணி ருணம் என்ற ஐந்து கடன்களையும் தீர்த்துக் கொள்வதற்காகவே விரதங்களும் நற்செயல்களும் மேற்கொள்ளப்படுகின்றன.

6. சாமானிய கர்மாக்களின் வகைகள்

கருடா! கர்மாக்களின் வகைகளைக் கூறுகிறேன் கேள்!

நித்திய கர்மா, நைமித்திய கர்மா, காமிய கர்மா என்று மூன்று வகை உண்டு.

நித்திய கர்மா என்பது தினமும் அனுசரிப்பது. சந்தியா வந்தனம், இறை வழிபாடு, இறைவனுக்கு நெய்வேத்தியம் போன்றவை.

நைமித்திய கர்மா என்றால், அந்தந்த திதி, வார, நட்சத்திரத்தில் அந்தந்த தெய்வங்களை வழிபடும் விரதங்கள், க்ஷேத்திர தரிசனம், தீர்த்த தரிசனங்களில் செய்யும் பித்ரு பூஜை போன்றவை. நைமித்திய கர்மாவின் கீழ் வரும் விரதங்களைச் செய்துதான் தீர வேண்டும். இது மிக மிக இன்றியமையாதது.

காமிய கர்மா என்றால், கோரிக்கைகளுக்காகச் செய்யும் யாகங்களும் விரதங்களும்.

விரதங்களை மேற்கொள்பவர் கடைப்பிடிக்க வேண்டிய நிபந்தனைகளைக் கூறும்படி கேட்ட கருடனிடம் பகவான் விவரிக்கிறார்.

7. விஷ்ணு கூறும் விரத நியமங்கள்

விரதம் என்ற சொல்லுக்கு, 'சாஸ்திரம் விதித்த நியமங்களைக் கடைப்பிடித்தல்' என்று பொருள்.

விரத நாட்களில் மூன்று சந்தி வேளைகளிலும் ஸ்நானம் செய்ய வேண்டும். ஸ்நானத்திலும் வேறுபாடு உள்ளது. காலை வேளையில் தலை ஸ்நானம் செய்ய வேண்டும். மதியத்தில் கைகால் கழுவிக் கொள்வதே ஸ்நானத்திற்கு சமம். மாலை சாதாரணக் குளியல் போதும். பெண்கள் தினமும் தலை ஸ்நானம் செய்யக் கூடாது.

எல்லா விரதங்களுக்கும் பொதுவான நியமங்கள் சில உள்ளன. தரையில் படுத்துறங்குவது, புலனடக்கத்தோடு இருப்பது, உலகியல் விஷயங்களைப் பேசாமல் இருப்பது, விரதம் தொடங்கியதில் இருந்து முடியும் வரை சவரம் செய்யாமல் இருப்பது, இரும்பு, வெண்கலப் பாத்திரங்களில் எதையும் அருந்தாமல் இருப்பது, மிதமான உணவு ஏற்பது போன்றவை பொதுவான விரத விதிகள்.

அதோடு விரதங்களின் நடுவில் புத்தாடை அணிவது, அலங்காரம் செய்வது போன்றவை கூடாது. விரதங்களின்போது நித்தியக் கர்மாவை விட்டு விடக் கூடாது. சுருக்கமாகச் செய்யலாம்.

பஞ்சகவ்யம்:

விரதத்தைத் தொடங்கும்போது 'பஞ்சகவ்யப் பிராசனம்' செய்ய வேண்டும். பசும்பால், பசுந்தயிர், பசுநெய், கோமூத்திரம், சாணம் இவற்றை ஏற்பதற்கு ஒரு விதிமுறை உள்ளது, சரியான அளவில் கலந்து

தர்ப்பையால் மந்திரம் சொல்லி அபிமந்திரிக்கும் போது பஞ்சகவ்யத்தில் அற்புதமான சக்தி பிரவேசிக்கிறது. பஞ்சகவ்யத்தை அருவருப்பாக பார்ப்பவன் நரகத்தில் வீழ்வான். உடலையும் மனதையும் பீடித்த தோஷங்களை நீக்கி விரதம் செய்வதற்கான தூய்மையும் யோக்கியதையும் பஞ்சகவ்யம் அளிக்கிறது.

ஆச்சமனம்:

ஸ்நானம் பாதித் தூய்மையைத்தான் அளிக்கிறது. குளித்த பின் ஆச்சமனம் செய்வதால் முழுமையான தூய்மை கிட்டுகிறது. அடுத்த கட்ட தூய்மை, விபூதி, திலகம் அணிவதால் கிடைக்கிறது. அதன் பிறகே விரதத்திற்கான தூய்மை கிடைக்கிறது.இவையெல்லாம் விரதமோ தீட்சையோ தொடங்கும் முன் கடைப்பிடிக்க வேண்டிய நியமங்கள்.

விரதத்தின்போது அதிகமாக நீர் அருந்தக் கூடாது. தாம்பூலம் ஏற்கக் கூடாது, பகலில் தூங்கக் கூடாது. விரத காலத்தில் பகலில் உறங்கினால் விரதத்தால் வந்த புண்ணியத்தை அசுரர்கள் அபகரிப்பர். உடல் சுகத்திற்காக முயற்சிக்கக் கூடாது.

விரதத்தின் போது இந்தப் பத்தும் முக்கியம். அவை: பொறுமை, உண்மை பேசுதல், தயை, தானம், நல்ல பழக்க வழக்கம், புலனடக்கம், தெய்வ வழிபாடு, அக்னி ஹோத்ரம், திருப்தி (மகிழ்ச்சி), பிறர் பொருள் மேல் ஆசைப்படாமை (அஸ்தேயம்) என்ற பத்து குணங்களும் விரதம் செய்பவருக்கு இன்றியமையாதவை. விரதத்தின் போது கோபம் வந்தால் மீண்டும் குளித்துவிட்டு வர வேண்டும். ஏனென்றால் கோபம் கொள்பவன் நரம்புகள் புடைத்து உடல் நடுங்கி, தெய்வ ஆராதனைக்கான தகுதிகளை இழக்கிறான்.

நக்த விரதம்:

கார்த்திகை விரதம், சிவாராதனை, பிரதோஷம் போன்ற விரதங்களில், பகல் முழுவதும் உபவாசம் இருந்து மாலையில் முதல் நட்சத்திரத்தைப் பார்த்த பின் உணவருந்துவது நக்த விரதம்.

விரதத்தைத் தொடங்கிய பின் பெண்களுக்கு மாதவிலக்கு நேர்ந்தால், விரதத்தைத் தொடரக் கூடாது. அது முடிந்து குளித்த பின் தொடரலாம். அது விரத பங்கம் அல்ல. தோஷம் வராது. தானம் அளிக்க வேண்டி இருந்தால் அந்தப் பெண்ணின் பெயரில் வேறு யாராவது தானமளிக்கலாம் என்று சகல விரத சாமானிய நியமங்களை ஸ்ரீமகா விஷ்ணு கருணையோடு எடுத்துரைத்தார்.

8. கயா சிராத்தம்

சௌனகாதி முனிவர்கள் சூத முனிவரிடம் கயையின் சிறப்பை விளக்கக் கோரினர். சூத மாமுனிவர், ஸ்ரீமகா விஷ்ணு கருடனிடம் கூறிய கயை மாகாத்மியத்தை எடுத்துரைத்தார்.

மஹாவிஷ்ணு இவ்விதம் கூறுகிறார்.

கருடா! முதலில் தீர்த்தங்களின் மகிமையை அறிவாயாக!

கங்கை முதலான புண்ணிய நதிகளை மனதால் நினைத்து, ஸ்நானம் செய்யும் ஜலத்தைப் பவித்திரமாக்கிக் கொள்ள வேண்டும். நீரில் சிறப்பானது பூகர்ப்ப ஜலம். அதாவது கிணற்று நீர். அதைவிடச் சிறப்பானது மலையில் இருந்து விழும் அருவி. அதைவிடச் சிறந்தது சரஸ் நீர். அதாவது ஏரி நீர். அதைவிடச் சிறந்தது புனித நதிகளான யமுனை, பிரம்மபுத்திரா போன்றவை. இவை அனைத்தையும் விடச் சிறந்தது கங்கை. கங்கை நதியை விட உயர்வானது வேறொன்றும் இல்லை. கங்கை நீருக்குத் தத்துவ தரிசனமளிக்கும் சக்தி உள்ளது. காசிக்குத் தத்துவ க்ஷேத்திரம் என்று பெயர். வாராணசிக்கு பரமத் தீர்த்தம் என்று பெயர். கங்கை நதி தன் சிறப்புகளை அதிகம் வெளிப்படுத்தும் இடங்கள் கங்கா துவாரமான ஹரித்துவார், பிரயாகை மற்றும் கங்கா சாகரச் சங்கமம். இந்த மூன்று இடங்களிலும் ஸ்நானம் செய்வதற்கு வாய்ப்பு கிடைப்பது மிகவும் அரிது. இறையருள் இருந்தால் மட்டுமே

கைகூடும். காசித் தலத்தையும் கங்கை நதியையும் மனதால் நினைத்தால்கூட புண்ணியம் கிடைத்து உய்வடையலாம்.

புண்ணியத் தலத்தில் வசிப்பதால் சித்த சுத்தி ஏற்படும். புனிதத் தலத்தில் நிகழும் மரணம், சூட்சுமச் சரீரத்தில் தாக்கத்தை ஏற்படுத்தி எம வேதனையின்றி உத்தம கதிக்குக் காரணமாகும்.

கயையின் சிறப்பு:

தீர்த்த யாத்திரையும் க்ஷேத்திர தரிசனமும் மனித வாழ்க்கையின் ஓர் அங்கம். அது ஓர் இன்றியமையாத கடமை.

கயை மாஹாத்மியம் காதால் கேட்டால்கூடச் சிறப்பு. கயை க்ஷேத்திரம் மிகவும் புனிதமானது. சிராத்தத்தின்போது இருந்த இடத்தில் இருந்தே கயை திருத்தலத்தின் ஸ்மரணை செய்யப்படுகிறது. நினைத்தாலே புண்ணியம் அளிக்கக் கூடிய க்ஷேத்திரம் கயை.

பிரம்மஞானம், கயை சிராத்தம், கோசாலையில் மரணம், புண்ணியத் திருத்தலங்களில் வசிப்பது இந்த நான்கும் நரகத்தில் விழாமல் பாதுகாத்து மானுடனை உய்விக்கும் சிறப்பு வாய்ந்தவை.

கயையில் தீர்த்த விதிகளைக் கடைப்பிடித்து பித்ரு காரியம் செய்தால்தான் கயை யாத்திரை முழுமையடையும். தேவர்களும் பித்ருக்களும் கயையில் பித்ரு கர்மா செய்பவர்களிடம் கருணையோடு நடந்து கொள்வர். எப்படிப்பட்டப் பாவியானாலும் அவனை உத்தேசித்து வேறு யாராவது கயையில் சிராத்தம் செய்தால்கூட அவனுக்கு நற்கதி கிடைக்கும். செய்பவனும் உய்வடைவான் என்று கூறி கயையின் சிறப்பை மேலும் விளக்குகிறார் நாராயணன்

காலை எழுந்ததும் கயா ஸ்மரணை, ஆதி கதாதர ஸ்மரணை செய்ய வேண்டும் கயையில் உதக (நீர்) தானம், பிண்டதானம் செய்பவருடைய மூதாதையர் மட்டுமின்றி செய்பவரும் உய்வடைவார். கயை திருத்தலம் கயாசுரனின் தலைப்பகுதி, இதனை முண்டக ஸ்தானம் என்பர்.

கயைக்குச் செல்லலாம் என்று புதல்வன் சிந்தித்தாலே மேலுலகில் பித்ருக்கள் மகிழ்ந்து நாட்டியமாடி உற்சவம்

கொண்டாடுவார்கள். கயைக்குச் செல்லாதிருந்தால் வருந்துவார்கள். கயையை நோக்கிச் சென்றாலே பித்ரு கடன் தீர்த்தாற்போலத்தான். அத்தனை மகத்துவம் வாய்ந்தது கயை யாத்திரை.

கயையில் அமர்ந்து காயத்ரி ஜபம் செய்தால் மிகச்சிறந்த பலன் கிடைக்கும். கயையில் பல தீர்த்தங்கள் உள்ளன. இவை அனைத்தும் அங்குள்ள பல்குனி நதியில் வந்து ஸ்நானம் செய்து புனிதமடைகின்றன. கயையில் போடப்படும் பித்ரு பிண்டம் பித்ருக்களைப் பிரம்ம லோகத்திற்கு அழைத்துச் செல்லும் சக்தி வாய்ந்தது.

கயையில் ஜனார்த்தனனை உத்தேசித்து சிராத்தம் செய்தால் பலன் அட்சயமாக வளரும். அட்சயவடம், பிரம்ம சரஸ் போன்ற இடங்களையும் கட்டாயம் தரிசித்து அங்கும் பிண்டம் போட வேண்டும். புதல்வன் தன் பாதத்தால் கயையில் ஏதாவது தீர்த்தத்தைத் தொட்டால் கூட பித்ருக்கள் மகிழ்வார்கள். மரணமடைந்த யாரை நினைத்து கயையில் பிண்டப் பிரதானம் செய்தாலும் அந்த ஜீவன் இருக்கும் நிலையில் இருந்து உயர்நிலைக்குச் செல்வான் என்று கூறி கயா க்ஷேத்திரத்தின் சிறப்பை விளக்கும் கதையை விவரிக்கிறார் நாராயணன்.

9. வியாபாரியும் பிரேதமும்

ஒரு வியாபாரி தன் பித்ருக்களுக்கு கர்மா செய்வதற்காக கயைக்கு யாத்திரை சென்றார். வழியில் ஒரு பிரேதம் எதிர்ப்பட்டது. மரணமடைந்த ஜீவனுக்கு இன்னொரு உடல் கிடைக்கும் வரை இருக்கும் நிலை பிரேத நிலை. ஜீவன் உடலை விட்டபின், சிறிது காலம் பிரேத நிலையில் இருக்கும். பிரேத விமுக்தி கிடைத்தால்தான் ஜீவன் சொர்க்கத்துக்கோ நரகத்துக்கோ செல்லும்.

'எனக்குச் சரியாக உத்தரக் கிரியைகள் நடக்கவில்லை. அதனால் பிரேதமாக அலைகிறேன். என்னை நினைத்து கயையில் கர்மா செய்து எனக்கு விமுக்தி கிடைக்கச் செய்வாயாக' என்று வியாபாரியை வேண்டியது பிரேதம்.

சரி என்று கூறி, கயையில் தான் செய்ய வேண்டிய பித்ரு கர்மாக்களைச் செய்ததோடு அந்தப் பிரேதத்தை உத்தேசித்தும் காரியம் செய்தார் வியாபாரி. அதனால் பிரேதத்திற்கு விமுக்தி கிட்டியது.

அப்போது ஒளிமயமான மூன்று சொரூபங்கள் தென்பட்டன. 'நாங்கள் உன் தந்தை, தாத்தா, முப்பாட்டன். நாங்கள் மூவரும் பெரிதாகப் புண்ணியங்கள் செய்திருக்கவில்லை. ஆனால் நீ செய்த கயா சிராத்தத்தால் நாங்கள் மூவரும் உத்தம கதிக்குச் செல்கிறோம்' என்று கூறி தரிசனமளித்து ஆசி கூறி மறைந்தனர்.

கயையின் சிறப்பை விளக்கிய பின் நாராயணன் ருசிப் பிரஜாபதியின் கதையைக் கூறுகிறார்.

10. பித்ருக்கள் செய்வித்த ருசிப் பிரஜாபதியின் திருமணம்

கருடா! கயா க்ஷேத்திரத்தின் மகிமையைக் கேட்டறிந்தாய். பிரஜாபதிகளின் கதையையும் மனுக்களின் வரலாறும் கேட்பது புண்ணியம் அளிக்கும். ருசிப் பிரஜாபதியின் கதையைக் கூறுகிறேன் கேள்!

பிரம்மச்சாரியாக சாஸ்திர அத்யயனம் பூர்த்தி செய்த பிறகு ருசிப் பிரஜாபதிக்கு ஞானோதயம் ஏற்பட்டது. ஸ்திதப் பிரக்ஞராக நிலைபெற்றார். எதற்கும் பயப்படவில்லை. பயம் என்ற சொல்லுக்கு அஞ்ஞானம் என்று பொருள். ருசி மாயையில் சிக்காமல் நான், என்னுடையது என்ற அகங்காரமும் மமகாரமும் இன்றி சுதந்திரமாக பூமியில் சஞ்சரித்தார். விவாகம் செய்து கொள்ளவில்லை.

ஒருநாள் அவர் எதிரில் பிரகாசமான சொரூபங்கள் சில தென்பட்டன. அவற்றைப் பார்த்து வியந்து நின்ற ருசியிடம் அவை தம்மை அறிமுகம் செய்து கொண்டன.

'நாங்கள் உன் பித்ருக்கள். நீ ஏன் மணம் புரிந்து கொள்ளவில்லை? நீ இல்லறத்தானாக வேண்டும். அதன் மூலம் தர்மத்தை நிலை நாட்ட வேண்டும். தேவ ருணம் (ருணம் — கடன்), பித்ரு ருணம் தீர்க்க வேண்டும். இவை தலையாய நன்றிக் கடன்கள். யாசிப்பவருக்கும் விருந்தினருக்கும் உணவளித்து மனுஷ்ய ருணம் தீர்க்க வேண்டும். சாஸ்திர அத்யயனம் செய்வதால் ருஷி ருணம்

தீருகிறது. தெய்வப் பூஜைகளை இல்லறத்தான் செய்து தேவ ருணத்தை தீர்த்துக் கொள்ள வேண்டும். 'ஸ்வாஹா' மந்திரத்தோடு 'ஹம்யம்' என்னும் ஹவிஸ்சுளை அளித்து தேவதைகளையும், 'ஸ்வதா' மந்திரத்தோடு 'கவ்யம்' அளித்து பித்ருக்களையும் திருப்தியடையச் செய். ஒரு மரம் அனைத்துவிதப் பறவைகளுக்கும் அடைக்கலம் அளிப்பது போல், கிருஹஸ்தாஸ்ரமம் அனைத்துவித ஆஸ்ரமங்களையும் போஷிக்கிறது. இந்த மிகச் சிறந்த இல்லறத் தர்மத்தை நீ ஏற்க வேண்டும். அதன் மூலம் ருண விமுக்தி அடைய வேண்டும். இல்லாவிடில் உனக்கு பரமார்த்திக சுகம் கிடைக்காது' என்று எடுத்துரைத்தனர்.

அதன் பின் பித்ருக்களுக்கும், ருசிப் பிராஜாபதிக்கும் இடையே முக்கியமான உரையாடல் நடந்தது. இது அனைவருக்கும் உபயோகமாக இருக்கும். கேட்பாயாக, கருடா!

ருசி: நீங்கள் கூறுவது நன்றாக உள்ளது. நான் கூறுவதையும் கேளுங்கள். வாழ்க்கையில் எதையாவது ஏற்பது என்பது பந்தத்திற்குக் காரணமாகிறது. பரிக்கிரஹம் என்பது பந்த ஹேது. (ஹேது – கெடுதி விளைவிப்பது.) அபரிக்கிரஹம் என்பது மோக்ஷ ஹேது. அதனால் மனைவியை ஏற்று இல்லறத்தை நடத்துவது எனக்குத் தளையாகி விடும். மோட்சத்தை நாடும் எனக்கு இவை தேவையில்லை. கர்மச் சுழலில் மீண்டும் சிக்க மாட்டேன். ஆத்ம விசாரணை என்னைத் தூய்மையாக்குகிறது. தத்துவ ஞானம் என்ற ஜலத்தால் சித்தத்தைத் தூய்மையாக்கிப் புலனடக்கத்தால் மோட்சம் பெறலாம் அல்லவா? இந்தத் திருமணப் பந்தம் எனக்கு எதற்கு?

பித்ருக்கள்: குழந்தாய்! புலனடக்கம் உள்ளவர் இல்லறத்தை விட்டு ஒதுங்குவானேன்? உனக்கு சில கடமைகள் உள்ளன. இந்த உடலும் புலன்களும் யாரால் உனக்குக் கிடைத்தன? சூட்சுமமான தேவர்கள் மூலம்தானே? தந்தையிடமிருந்து தாய்க்குச் சென்று அவர்களால் வளர்க்கப்பட்ட உடல்தானே உன்னுடையது? புருஷார்த்தம் பெறும் சாதனைக்கு உதவுவது உடலே. உடலைக் கொடுத்த பித்ருக்களுக்கும் உடலை இயக்கும் தேவர்களுக்கும் கடன் தீர்க்காவிட்டால் தத்துவத்தைத் தியானம் செய்தாலும் நரகத்திற்குத்தான் செல்வாய்.

தன்னலமற்ற பாவனையோடு, மோகத்தில் விழாமல் ஒரு யக்ஞம் போல் இல்லறத்தை ஏற்பாயாக! அது உன்னைப் பந்தத்தில் ஆழ்த்தாது. சாஸ்திரம் விதித்த கர்மா என்பதால் தியாக புத்தியோடு ஏற்பாயாக!

ருசி: (வினயமாக) மகாத்மாக்களே! கர்மா என்பது அவித்யை, ஞானம் என்பது வித்யை என்பது உண்மையல்லவா? ஏன் என்னை அவித்யையில் தள்ளப் பார்க்கிறீர்?

பித்ருக்கள்: உண்மைதான். ஒரே ஒரு முறை நோயைக் குணப்படுத்துவதற்கு மருந்து அருந்த வேண்டும். மருந்தும் விஷமே. சரியான அளவில் சரியான நேரத்தில் அருந்தும் விஷம் மருந்தாகிறது. ஜீவன் கர்மபந்தம் என்ற நோயில் இருந்து வெளியே வருவதற்கு வேதம் விதித்த அவித்யை வடிவமான கர்மாவை சரியான அளவில் செய்ய வேண்டும். கிரஹஸ்தாசிரமம் ஒன்று மட்டுமே பஞ்ச யக்ஞங்களையும் மேற்கொண்டு விமுக்தி அடைவதற்குத் தகுந்தது. பிரம்மச்சாரி பித்ரு யக்யம் செய்ய முடியாது. சில அக்னி ஹோத்திரங்களை பிரம்மச்சாரி செய்ய இயலாது.

ருசி: எனக்குத் திருமண வயது தாண்டி விட்டது. இப்போது எனக்கு யார் பெண் தருவார்கள்?

பித்ருக்கள்: முயற்சி செய். இல்லறத்தானாகு.

ருசிப் பிரஜாபதி கன்னிப்பெண்ணை மணம் புரிவதற்காக தேடத் தொடங்கினார். எத்தனை முயற்சித்தும் பலன் கிடைக்கவில்லை. ஒரு காட்டில் அமர்ந்து சிந்தனையில் ஆழ்ந்தார் ருசி. தன் பித்ருக்களுக்கு எப்படித் திருப்தி ஏற்படுத்துவது என்று துயரப்பட்டார்.

தன்னைப் படைத்த பிரம்மதேவரைத் தியானித்தார். பிரம்மா தரிசனமளித்து, "பிரஜாபதி என்ற பெயருக்கு நற்பிள்ளைகளைப் பெற்று வம்சத்தை விருத்தி செய்பவன் என்று பொருள். அதனால்தான் உன் பித்ருக்கள் உன்னைத் தூண்டினர்" என்றார்.

ருசி: நல்ல மனைவியும் மக்களும் கிடைக்க நான் என்ன செய்ய வேண்டும்?

பிரம்மா: பித்ரு தேவதைகளின் அருள் வேண்டி அவர்களையே தியானம் செய்.

ருசி ஒரு நதி தீரத்திற்குச் சென்று பித்ரு தேவதைகளைத் தியானித்துத் துதித்தார். அந்த நீண்ட துதியைப் படிப்பவருக்குப் பித்ருக்களின் அருள் கிட்டும். அனைத்துப் புறங்களில் இருந்தும் பித்ருக்கள் பாதுகாப்பு அளிப்பர்.

பித்ரு தேவதைகளை வணங்குவதால் நல்ல சந்தான விருத்தியும், வம்ச விருத்தியும் கிடைக்கின்றன. தந்தை, தாத்தா போன்ற மூதாதையருக்குச் செய்யும் சிராத்த கர்மாக்களால் பித்ரு தேவதைகள் மகிழ்ந்து வரம் அருள்கிறார்கள். பித்ரு தேவதைகளின் அருள் இருந்தால்தான் மரணித்தவருக்கு மறு பிறவியில் சரியான உடல் கிடைக்கும், பிரஜாபதிகள், யக்ஷர்கள், நாகர்கள், தேவர்கள், சித்தர்கள் போன்ற தெய்வீகப் பிரிவினர்கூட பித்ரு தேவதைகளை வழிபடுகிறார்கள் என்று துதித்தார் ருசிப் பிரஜாபதி.

ருசியின் முன்னால் ஓர் ஒளிக் குவியல் தோன்றியது. வியப்போடு எழுந்த ருசி அவர்களுக்கு நமஸ்காரம் செய்தார். ஆகாயத்தை நிரப்புமளவுக்குப் பெரிய ஜோதி எழுந்தது. முப்பத்திரண்டு பித்ரு கணங்களும் ஒளி வடிவோடு எதிரில் தோன்றியதும் உடல் புல்லரித்து, கைகுவித்து வணங்கினார் ருசி. மீண்டும் பித்ருக்களைத் துதித்தார்.

திருப்தி அடைந்த பித்ருக்கள், ‘உனக்கு நல்ல மனைவியும் நற்கதியளிக்கும் புதல்வனும் கிடைப்பார்கள். உனக்கு ஆத்ம ஞானம் கிட்டும்’ என்று ஆசி கூறினர்.

அவர்கள் மறைந்ததும் நதியில் இருந்து ஒரு தெய்வீகப் பெண் வெளியே வந்தாள். ‘என் பெயர் பிரம்மலோசனா. வருண பகவானின் புதல்வன் புஷ்கரன் மூலம் எனக்குப் பிறந்த மாலினி என்ற பெண்ணை மணம் புரிந்து கொள்வீராக! இது எனக்குப் பித்ருக்கள் இட்ட கட்டளை’ என்றாள்.

ருசிப் பிரஜாபதி, மாலினியை மணந்து தர்மத்தோடு இல்லறம் நடத்தி ரௌச்யர் என்ற புதல்வனைப் பெற்றார். ரௌச்யர் மனுவாக உயர்ந்தார். அது ‘ரௌச்ய மன்வந்தரம்’ என்று அழைக்கப்படுகிறது. இவ்விதம் ருசிப் பிரஜாபதி உய்வடைந்தார். இது பித்ருக்களின் கிருபையால் நடந்தது என்று விவரித்தார் ஸ்ரீமன் நாராயணன்.

பின்னர், எந்தச் செயல்கள் பாவங்கள், அவற்றிலிருந்து விடுபடுவது எப்படி என்ற கருடனின் கேள்விக்குப் பகவான் பிராயசித்த கர்மாக்களை உபதேசிக்கிறார்.

11. பாவங்களுக்குப் பிராயசித்தம்

வினதையின் மைந்தனே! நீ கேட்ட பிராயசித்த கர்மாக்களை விவரிக்கிறேன். கேட்பாயாக!

பிரம்ம ஹத்யை, கள் அருந்துவது, பொன் திருடுவது, குருபத்னியை அணைப்பது, குரு நிந்தை, வேத நிந்தை இவை மகா பாவங்கள். பசுவதை, சரியான நேரத்தில் உபநயனம் போன்ற சம்ஸ்காரங்கள் நடக்காமல் இருப்பது, வாங்கிய கடனைத் திரும்பத் தராமல் இருப்பது, பித்ரு, ரிஷி ருணங்களைத் தீர்க்காதது, அக்னி ஆராதனை செய்யாமல் இருப்பது, உப்பு போன்ற விற்கக் கூடாதவற்றை விற்பது, செல்வத்திற்காகப் படிப்பது, செல்வத்திற்காகக் கல்வி கற்பிப்பது, பிற பெண்களைச் சேர்வது, நாத்திகன், பெண் கொலை, ஸ்வதர்மத்தைக் கைவிடுவது, தன் மேல் ஆதாரப்பட்டவர்களைக் கைவிடுவது, அ—சத்திய நூலைப் படிப்பது போன்றவை உப பாவங்கள். ஜீவன் பிறந்ததில் இருந்து சம்ஸ்காரங்கள் செய்யப்படுவதால் மனிதனாக மிளிர்கிறான். இல்லாவிடில் அவனுக்கும் விலங்குக்கும் வேறுபாடில்லை.

அக்கிரமத் தொடர்பு கொள்வதும், மாத விலக்குள்ள பெண்ணோடு கூடுவதும் பெரும் பாதகங்கள். மாத விலக்குள்ள பெண் தொட்டு, சமைத்து, பரிமாறிய உணவு தோஷமானது. கருக்கலைப்பு செய்வதும் பதி நிந்தை செய்வதும் பாவம்.

இரவு உறங்கும்போது அணிந்த உடையோடு மறுநாள் உணவு உண்ணக் கூடாது. ஏனென்றால், இரவில் நவத் துவாரங்களில் இருந்தும் அழுக்கு வெளியேறும். அணிந்திருக்கும் வஸ்திரத்தில் சரீர அழுக்குகள் படும்.

சூரிய வெப்பம், அக்னி, மர நிழல், ஆச்சமனம் போன்றவை தூய்மை தரும். சாப்பிட்ட பின், எச்சில் துப்பிய பின், தூங்கி எழுந்தவுடன், உடை அணிந்த பின், அழுத பின் ஆச்சமனம் செய்ய வேண்டும். ஆச்சமனம் செய்ய நீர் கிடைக்காவிடில், வலது கையால் வலது காதைத் தொட வேண்டும். சூரியனைப் பார்த்து வணங்கி அல்லது சூரியனை நினைத்து வணங்கி இஷ்டத் தெய்வத்தை ஸ்மரிக்க வேண்டும். இவையும் சிறந்த பிராயசித்தங்களே.

பஞ்ச மகா பாதகங்களில் இருந்து விடுபட சாந்திராயண விரதம், க்ருச்ச விரதம் போன்றவை உள்ளன. க்ருச்சம் என்றால் மிகக் கடினமான விரதம் என்று பொருள். இவை உணவுக் கட்டுப்பாட்டால் பிராயசித்தம் செய்து கொள்ளும் விரதங்கள்.

பாவம் செய்வதால் சில உயர்ந்த செயல்களுக்கான தகுதியை இழக்க நேரிடும். பிராயசித்தம் செய்து அந்தத் தகுதியை மீண்டும் பெறலாம். பிராயசித்தம் செய்வதற்கானத் தகுதி பச்சாதாப்படுவது. பாவம் செய்ததற்காக வேதனையோடும் தவிப்போடும் வருந்தி பிராயசித்தம் செய்ய வேண்டும்.

எந்தப் பாவம் செய்தாலும் பச்சாதாபப்பட்டு பிராயசித்தம் செய்ய வேண்டுமே தவிர, வாழ்நாள் முழுதும் செய்த தவற்றையே நினைத்து நிலைகுலைந்து மறுகக் கூடாது. கழிவிரக்கம் தேவையே. அது கார்ப்பண்யமாக மாறக் கூடாது. தன்னைப் பாவியாகவே கருதுபவன் தன் ஆத்மாவை வருத்துகிறான். அது ஒரு பாவமாக மாறுகிறது.

இறைவன் கொடுத்த ஆயுள் சிறியது. அதில் பாவம் செய்வதில் பாதிக் காலம் கழிந்தது. மீதியைக் கழிவிரக்கத்தில் கழித்தால் என்ன மிஞ்சும்? பிராயசித்தம் செய்த பின் தெளிவடைய வேண்டும்.

தெரிந்தோ தெரியாமலோ செய்த சில பாவங்களுக்கு, தவறை ஒப்புக் கொண்டு தண்டனையை ஏற்பது பிராயசித்தமாக அமையும். திருடினால் அரசிடம்

ஒப்புக்கொண்டு தண்டனை பெற வேண்டும். ராஜ தண்டனை பெற்றால் எம தண்டனை இருக்காது.

கள் அருந்தினால் பஞ்சகவ்யம் அருந்தி உணவுக் கட்டுப்பாட்டோடு இருப்பது பிராயசித்தம். ஆபத்து இல்லாத காலத்திலும் பிறர் வீட்டில் (பரான்னம்) போஜனம் செய்தால் பாவம். இறை வழிபாடு, சந்தியாவந்தனம் செய்யாமல் சாப்பிட்டால் தோஷம். அன்னத்தை நிவேதனம், பரிசேஷனம், இறைச் சிந்தனை போன்றவற்றால் தூய்மையாக்கி உண்ணாவிட்டால் தோஷம். தோஷம் என்றால் பாவம் என்று பொருள்.

புண்ணிய க்ஷேத்திர தரிசனம், கங்கா ஸ்நானம், திருத்தலங்களில் தங்கி தவம், தியானம், ஆன்மிகச் சாதனை செய்வது போன்றவை சில பாவங்களுக்குப் பிராயசித்தமாகிறது.

அமாவாசையன்று சிவனை வழிபட்டு அன்னதானம் செய்தால் அநேகப் பாவங்கள் நீங்கும். பூமி, பசு மாட்டின் ஸ்பரிசத்தால் தூய்மை அடைகிறது.

கிருஷ்ணப் பட்ச சதுர்த்தசியன்று நதி ஸ்நானம் செய்து எமனை வணங்க வேண்டும். சனிக் கிழமைகளில் எமனுக்கு நமஸ்காரம் செய்வது நல்லது. எமன் தயையின் வடிவம். எம ஸ்மரணை மிகச் சிறந்த பிராயசித்தம்.

பிராணாயாமம் மூலம் பலவித பாவங்கள் தொலையும். பதிவிரதை தர்மம் சகல பாவங்களையும் போக்கும்.

நூறு மாடுகள் இருக்கும் மந்தையில் கன்றுக்குட்டி தன் தாயைக் கண்டறிந்து சென்று பால் அருந்துவது போல, அவரவர் செய்த பாவத்தின் பலன் அவரவரைத் தேடி வந்து வருத்தும். இதில் ஐயமில்லை.

வாழ்க்கையில் ஒருமுறை ஹரி நாம ஸ்மரணை செய்தாலும் பாவங்கள் நீங்கி மோட்சத்திற்கு வழி ஏற்படும். சாஸ்திரம் கூறும் நெறிகளைக் கடைப்பிடித்து மானுடன் பாவங்களில் இருந்து விமுக்தி பெற வேண்டும்.

பாவங்களையும் பிராயசித்தங்களையும் கேட்டறிந்த கருடன், நோய்கள் ஏன் வருகின்றன, நோய்களை எவ்வாறு நீக்கிக் கொள்வது என்று வினவினார்.

12. நோய் ஏன் வருகிறது?

நோய் ஏன் வருகிறது என்று கேட்டாய் அல்லவா? அனாசாரத்தாலும் துராசாரத்தாலும் நோய் வருகிறது. அதாவது தீய பழக்கங்களாலும் நல்ல பழக்கங்களைக் கைவிடுவதாலும் நோய் ஏற்படுகிறது.

நல்லொழுக்கம் அழகான வாழ்க்கை வழிமுறையை ஏற்படுத்தி நோய்களில் இருந்து பாதுகாக்கும். மிக அதிக அளவு நீர் அருந்தக் கூடாது. தாகத்திற்கு நீர் அருந்த வேண்டும். கடினமான உணவு உண்ணக் கூடாது. உடலில் உள்ள தாதுக்கள் வீணாகும்.

மலம், மூத்திரம், தும்மல் போன்ற வேகங்களை அடக்கினாலும் நோய் வரும். பகலில் உறங்கி இரவில் விழித்திருப்போருக்கு நோய் வரும்.

பறவைகளின் அரசனே! வேதத்தின் ஒரு பகுதியான ஆயுர்வேதம் வாழ்வியலை விளக்குகிறது. நோய்கள் தீருவதற்கான வழிகளைச் சிறப்பாகக் கூறுகிறது.

சூரியன் உதிப்பதற்கு முன் துயிலெழுந்து குளிப்பது, தியானம், ஆன்மிகச் சாதனை, சந்தியா வந்தனம் செய்வது, தூய்மையான உணவை ஏற்பது போன்றவை ஆயுளை விருத்தி செய்யும். அந்தந்த பருவக் காலங்களுக்கு ஏற்ப உணவுகளை ஏற்க வேண்டும்.

அச்சுதனை நினைப்பது நோய்களுக்கு மிகச் சிறந்த ஔஷதம். அச்சுதனின் ஸ்மரணையோடு உணவோ,

மருந்தோ ஏற்கும்போது அது அமிர்தமாகிறது. மருந்தை நிந்திக்கக் கூடாது.

நோயைப் போக்குவதில் கணபதி, விஷ்ணு வழிபாடு, மந்திர ஜபம் சிறந்தது. ஹரி பக்தியும், ஹரி பக்தர்களின் சத் சங்கமும் அனைத்து நோய்களையும் தீர்க்கும். ஹரி பக்தியை வளர்க்கும் செயல்களைச் செய்தும், ஹரி பக்தியைக் குறைக்கும் செயல்களை விலக்கியும் வாழ வேண்டும். நிரந்தர ஹரி நாம ஸ்மரணை அனைத்தையும் விட உயர்ந்தது என்று சூத முனிவர் நாராயணனின் வார்த்தைகளை சௌனகாதி முனிவர்களுக்கு எடுத்துரைத்தார்.

பகவானே! மாயை என்றால் என்ன என்று கருடன் கேட்ட கேள்விக்கு ஸ்ரீமன் நாராயணன் விளக்கமளிக்கிறார்.

13. பிரம்மமும் மாயையும்

கருடா! நீ வேதாந்தத்தின் சாரத்தைக் கேட்டாய். விளக்குகிறேன் கேள்! மாயை என்பது 'அனிர்வசநீயம்'. அது இப்படித்தான் இருக்கும் என்று கூற இயலாது. இருக்கிறது என்றோ இல்லை என்றோ கூற இயலாததே மாயை.

மாயையின் சக்தியாலேயே ஜகத் உள்ளது போல் தோற்றமளிக்கிறது. உண்மையில் ஜகத் இல்லை. ஆனால் விவகாரத்தில் அதாவது உலகில் வாழும் காலம் வரை, இருப்பது போலவே தோற்றமளிக்கும். விவகாரத்தில் இருப்பு உள்ளது. பரமார்த்தமாக இருப்பு அற்றது. இதனையே மித்யை என்கிறோம். பிரம்மம் ஒன்றே சத்தியம்.

பகவானே! பிரம்மத்தை எவ்வாறு அறிவது என்று வினவிய வினதையின் மைந்தனுக்கு நாராயணன் கருணையோடு விளக்குகிறார்.

ஜீவனுக்கு, தான் உடல் அல்ல. தான் சச்சிதானந்த, சாஸ்வத பிரம்மம் என்ற தெளிவு ஏற்பட்டால் அதுவே ஆத்ம ஞானம். இந்தத் தெளிவு பெற்றவனே மோட்சத்தை அடைவான்.

பகவானே, இத்தகைய அறிவுத் தெளிவு ஜீவனுக்கு எவ்வாறு ஏற்படும் என்ற ஐயத்தைக் கேட்டார் கருடன்.

நற்செயல்களைப் புரிதல், பக்தி போன்றவற்றால் ஏற்பட்ட உள்ளத் தூய்மையால் அறிவுத் தெளிவு

கிடைக்கும். குருவைச் சரணடைந்து ஆத்ம விசாரணை வழியைக் கடைப்பிடித்து, ஞான மார்க்கத்தின் மூலம் அதனைப் பெறலாம் என்று கருணையோடு பகவான் விவரித்தார்.

மேலும் கருடனுக்கு ஐயம் ஏற்பட்டது. "பகவானே, நீயே பிரம்மம் என்று வேதங்கள் உரைத்தாலும் ஜீவனுக்கு அது ஏன் புத்தியில் உரைப்பதில்லை?"

நாராயணன் தயையுடன் விளக்கினார்.

'அஹம் பிரம்மாஸ்மி' என்ற சொல்லைக் கேட்கும் முன்னரே 'அஹம் தேஹாஸ்மி' என்ற உணர்வு மனிதனிடம் ஏற்பட்டு விடுகிறது. ஜீவன் எந்த உடலை எடுக்கிறானோ அந்தத் தேகமே தான் என்று, அநேக உடல்கள் எடுத்துப் பழக்கமானபடியால் உடல் தொடர்பான அனைத்து விகாரங்களோடும் தன்மையத்துவம் ஆகி விடுகிறான். அதனால் 'உடலே நான்' என்று எண்ணுகிறான். 'பிரம்மமே நான்' என்பதை உணர முடியாதவனாக இருக்கிறான்.

இது எப்படிப்பட்டது என்றால், ஓர் எடுத்துக்காட்டுக் கூறுகிறேன் கேள். ஒரு மனிதனை ஒரு பெண் பேய் பிடித்துக் கொண்டது. அவன் ஓர் ஆணே ஆனாலும் தன்னை ஒரு பெண்ணாகவே உணர்ந்தான். அந்தப் பேய் அவனை விட்டு நீங்கியதும் மீண்டும் தன்னை ஒரு ஆணாக உணரத் தொடங்கினான்.

அதேபோல 'உடலே நான்' என்ற பிரமை, பேய் போல் ஜீவனைப் பிடித்துக் கொண்டுள்ளதால் தன்னை உடலாகவே எண்ணுகிறான். அந்த அஞ்ஞானத்தை விட்டொழித்தால், தான் அகண்டமான சச்சிதானந்தம் என்று அறிந்து கொள்வான்.

நற்செயல்கள் செய்து, பவித்திரமான வாழ்வியலால் புண்ணியமான சித்தம் கொண்டவர் மரணத்திற்குப் பிறகு உத்தம புண்ணிய லோக அனுபவம் பெறுவார். அஞ்ஞானத்தை விட்டால், தான் சச்சிதானந்தம் என்பதை ஜீவன் உணர்வான். யார் அத்வைத ஞானத்தைப் பெறுவாரோ அவர் மட்டுமே மீண்டும் பிறவி இல்லாத மோட்சமாகிய கைவல்யத்தை அடைவார்.

இதுவரை கூறிய விரத விதானங்கள், பிராயசித்த கர்மாக்கள் எல்லாம் ஜீவர்களை உய்வடையச் செய்பவை. இருக்கும்

நிலையைவிட உயர்ந்த நிலையை அளிப்பவை. கிரமமாக ஜீவர்களுக்கு ஆத்ம ஞானத்தை அளிப்பவை.

புண்ணிய கர்மாக்களும் செய்யாமல், ஆத்ம விசாரணையும் செய்யாமல் இருக்கும் ஜீவர்கள் ஞானம் பெறுவதில்லை. இவர்கள் பாவிகள் அடையும் நிலையை அடைவர். இவர்களின் அந்திமப் பயணம் பாவிகள் செல்லும் மார்க்கம் என்று எடுத்துரைத்தார் ஸ்ரீமன் நாராயணன்.

சூத முனிவரிடம் சௌனகாதி முனிவர்கள், 'பாவிகள் மரணத்திற்குப் பின் எங்கு செல்வார்கள்?' என்று கேட்டனர்.

14. மரணத்திற்குப் பின் பாவிகளின் நிலை

நீங்கள் கேட்ட கேள்வியையே கருடன், ஸ்ரீமகா விஷ்ணுவிடம் கேட்டார். நாராயணன் கூறிய பதிலையே உங்களுக்குக் கூறுகிறேன் என்று உரைத்த சூத மாமுனிவர், முதலில், நாராயணனை வைகுண்டத்தில் கருடன் சந்தித்தக் காட்சியை விவரித்து வைகுண்ட லோகத்தை வர்ணிக்கிறார்.

வைகுண்ட வர்ணனை

பரமாத்மாவின் தெய்வீக லோகம் 'விசுத்தச் சத்துவ' குணத்தால் நிறைந்தது. உண்மையில் பிரம்மமான நாராயணன் குணங்களுக்கு அப்பாற்பட்டவர். ஆனால் வைகுண்டத்தில் அவர் சகுண பிரம்மமாக, 'விசுத்தச் சத்துவ' குணத்தோடு விளங்குகிறார்.

ஜகத்தில் சத்துவ குணம் இருந்தாலும் அது விசுத்தம் அல்ல. அதாவது மிகத் தூய்மையான சத்துவம் அல்ல. ரஜோகுணமும், தமோ குணமும் கலந்த சத்துவ குணம். விசுத்தச் சத்துவம் என்பது திவ்யமான வைகுண்டத் தாமத்தில் உள்ளது. அங்கு மாயை எடுபடாது. அது மாயைக்கு அதீதமானது. மாயை விஷ்ணுவின் ஆதீனத்தில் கட்டுப்பட்டு இருக்கிறது. அங்குள்ள 'பார்ஸ்வ' கணங்களும் சதுர்புஜங்களோடு பிரகாசமாக விளங்கினர். அப்படிப்பட்ட பவித்திரமான வைகுண்டத்தில் நீலமேக ஷ்யாமளரான நாராயணன் பிரகாசமாக விளங்கினார்.

நாராயணனை அணுகி கருட பகவான் நமஸ்கரித்து, "பகவானே! இதுவரை பக்தி மார்க்கத்தைப் பற்றி விவரித்தீர். எனக்குப் பாவ லோகம் பற்றியும் பயங்கரமான எம மார்க்கம் பற்றியும் கூறி அருள்வீராக! கேட்க ஆர்வமாக உள்ளேன். யார் யார் நரகத்தை அடைவர்? ஸ்ரீஹரி! உன்னிடம் பக்தி இல்லாதவர் நரகத்துக்குச் செல்வர் என்று கேள்விப்பட்டேன். நரகத் தீயில் வீழாமல் தப்பித்துக் கொள்வது மிக எளிதாயிற்றே. அவர்கள் எவ்விதம் அதில் போய் விழுகிறார்கள்? உன் நாமத்தைச் சொன்னால் போதுமே! அதில் என்ன கஷ்டம் இவர்களுக்கு? வாயால் ஏதேதோ உளறுகிறார்களே! ஹரி நாமத்தைச் சொல்லக் கூடாதா? சீ சீ பாவிகள்! அந்தப் பாவிகள் அடையும் நிலையை எனக்கு விளக்குங்கள் சுவாமி!" என்று வேண்டினார் கருடன்.

பகவான் இவ்விதம் விவரித்தார்:

பட்சி ராஜா! காதால் கேட்பதற்குக் கூட அச்சமளிக்கக் கூடியது எம மார்க்கம். முதலில் பாவிகள் என்றால் யார் என்பதை அறிவாயாக! தீய செயல்களைச் செய்வதில் விருப்பம் கொண்டவர்கள், செய்ய வேண்டிய நற்பணிகளைச் செய்யாதவர்கள், தயையும் தர்மமும் அற்றவர்கள், துஷ்டர்களோடு சகவாசம் செய்பவர்கள், நல்வழியை எடுத்துரைக்கும் சாஸ்திரங்களை இகழ்பவர்கள், சத்புருஷர்களின் சத்சங்கத்தை விரும்பாதவர்கள், தற்பெருமையும் செல்வ கர்வமும் அசுரக் குணமும் கொண்டு நல்லோரை நிந்திப்பவர்கள், தெய்வீகக் குணமற்றவர்கள், மோக வலையில் சிக்கியவர்கள், காமுகர்கள் போன்றோர் அசுத்தமான நரகத்தில் வீழ்வார்கள்.

புண்ணியச் செயல்கள் செய்வதற்கு உதவும் கருவியாக அளிக்கப்பட்ட மானுட உடலை, புலன்களை சுகப்படுத்தும் ஒரே இலக்கோடு பாவச் செயல்களுக்கு பயன்படுத்தி, வயோதிகத்தில் நோயால் பீடிக்கப்பட்ட பாவிகளுக்கு மரண காலத்தில் கூடக் கழிவிரக்கம் ஏற்படுவதில்லை. அப்போது அழகானதாக எண்ணிய உடல் விகாரமாக மாறிப் போகும். அப்படிப்பட்ட ஈன ஸ்திதியில் உறவினரால் வெறுக்கப்பட்டு, அலட்சியமாகப் போடப்பட்ட உணவை உண்டு, நாய் போல் கிடப்பான்.

பாவிகள் படும் மரண அவஸ்தை பற்றி விளக்குகிறேன், கேள் கருடா!

‘உடலே நான்’ என்று வாழ்ந்தவன், மரண அவஸ்தையில் பிராண முடிச்சுகளில் இருந்து எம தூதர்கள் பிராணனை இழுக்கும் மரண வேதனை தாங்க முடியாமல் துடிதுடிப்பான். பாவிகள் மரண வேதனைப்படும்போது உடனிருப்பவர் சிலர் ஓவென்று குரலெடுத்து அழுவர். அவர்களிடம் ஏதோ கூற நினைப்பான் ஜீவன். ஆனால் தொண்டையில் கபம் நிறைந்து, கால பாசத்தால் கட்டி இழுக்கப்பட்டு அவனால் எதுவும் பேச இயலாது. புலனடக்கம் இன்றி உலக வாழ்வில் திளைத்த ஜீவன் மரண காலத்தில் புத்தியும் உடலும் ஒத்துழைக்காததால் சுற்றத்தார் அழுவதைப் பார்த்தபடி எதுவும் பேசக்கூட முடியாமல் மரணமடைவான்.

15. சூட்சுமப் பார்வை பெறும் ஜீவன்

பிராணன் உடலை விட்டு நீங்கும்போது ஜீவனுக்கு இந்த உலகைப் பார்க்கக் கூடிய சூட்சும சக்தி ஏற்படும். உடலோடு ஒட்டியிருந்த காலமெல்லாம் தென்படாத உண்மை அப்போது காட்சியளிக்கும். அதைப் பார்க்க இயலுமே தவிர ஜீவனால் எதுவும் செய்ய இயலாது. அந்த திவ்ய திருஷ்டியால் பார்க்கக் கூடிய எதையும் உயிர் போகும் அந்த மரண காலத்தில் வாய் விட்டுக் கூற இயலாதவனாக, கையாலாகாத நிலையில் இருப்பான் ஜீவன். அது பிறப்புக்கும் இறப்புக்குமான சந்தி காலம். இந்திரியங்கள் ஜட நிலையை எய்தும். அவற்றை விட்டு பிராண சக்தி வெளியேறி விடும். சுவாசம் பிராண முடிச்சுகளில் இருந்து வெளியேறும்போது பல நூறு கருந்தேள்கள் ஒரே சமயத்தில் கொட்டுவது போலிருக்கும். உடலின் ஒன்பது துளைகளில் இருந்தும் கோழையும் அழுக்குகளும் வெளியேறும். பாவிகளின் உடலில் இருந்து கீழ் உறுப்புகள் (அதோ மார்க்கம்) வழியாக உயிர் வெளியேறும். அப்போது ஜீவனை எடுத்துச் செல்வதற்கு இரண்டு எம கிங்கரர்கள் வருவார்கள். அவர்களின் வடிவம் பயங்கரமானதாக இருக்கும். பெரிய கூரான பற்களும் நகங்களும், கருத்த உடலும், கழுத்தில் எலும்பு மாலைகளோடு, கருமையான ஆடைகளோடு, மேல்நோக்கிய கூரான முடிக் கற்றைகளுமாக ஆயுங்கள் ஏந்தி ஜீவனின் அருகில் வந்து நிற்பர். அவர்கள் மிகக் கோபம் கொண்டவர்கள். அவர்களைக் கண்டதும் ஜீவனுக்குப் பயத்தில் மலமும் மூத்திரமும் வெளியேறும்.

16. மரணத்திற்குப் பின் உடனடியாக நிகழும் காட்சிகள்

இரண்டு எம தூதர்களும் பாவியின் உயிரை உடலில் இருந்து பாசக் கயிற்றால் கட்டி இழுப்பார்கள். ஜீவனின் பிராண வடிவம் (அங்குஷ்ட மாத்ர: புருஷ:) கட்டை விரல் அளவே இருக்கும். இதற்கு லிங்க சரீரம் என்று பெயர். அதற்குள்ளே அந்த ஜீவன் செய்த அனைத்துப் பாவ, புண்ணிய வினைப் பயன்களும் ஒடுங்கியிருக்கும்.

யம தூதர்கள் அந்தப் பிராணனுக்கு 'யாதனா சரீரம்' என்ற தனிப்பட்ட உடலைக் கொடுத்து, அந்த ஜீவனைக் கடுமையாக நிந்தித்துக் கொண்டே மிக வேகமாக இழுத்துச் செல்வர். ஜீவன், தன் வீட்டையும், அங்குக் கிடத்தியிருக்கும் தன் உடலையும் பார்த்தபடியே செல்வான்.

அந்தப் பயணம் மிகக் குறைவான நேரமே ஆனாலும் அந்த வேகமும் பாதையில் படும் அவஸ்தையும் சாமானியமானது அல்ல. பாதையில் நெருப்போடு அனலடிக்கும் காற்று வீசும். அது ஜீவனைத் தகிக்கும். பலவீனமாக்கிச் சோர்வடையச் செய்யும். எம கிங்கரர்கள் ஜீவனைச் சவுக்கால் அடித்து, நிந்தித்து, துன்புறுத்துவர். 'உனக்கு பயங்கரமான நரகம் காத்திருக்கிறது' என்று உரைத்து 'கும்பீபாகம்' போன்ற நரகத்தின் பெயர்களையும் கூறுவார்கள்.

கிங்கரர்கள் பாவியின் பிராணனை இரு முகூர்த்தக் காலத்தில் நரகத்தில் கொண்டு சேர்ப்பார்கள்.

அவன் அனுபவிக்கப் போகும் நரகத்தையும் எமனையும் தூரத்தில் இருந்தே தரிசிக்க வைப்பார்கள். இன்னும் நரகத்திற்குள் செல்லும் தகுதி ஜீவனுக்கு வரவில்லை.

முன்னதாக பாவ, புண்ணியங்களைப் பரிசீலித்து, தகுந்த தண்டனை விதிப்பதற்கு பாவ ஜீவிகளை எமனிடம் அழைத்துச் சென்று விண்ணப்பித்துக் கொள்வார்கள். எமன் தன் சேவகர்களிடம், 'இந்த ஜீவியை அவன் வீட்டில் விட்டு வாருங்கள். பதிமூன்றாம் நாள் மீண்டும் என்னிடம் அழைத்து வாருங்கள்' என்று கூறுவான். எம கிங்கரர்கள் எமன் சொன்னபடி செய்வார்கள். அதனால் மரணித்தவரை உடனே தகனம் செய்யக் கூடாது. அவசரப்பட்டு தகனம் செய்தால், அந்த ஜீவன் மயானத்தைச் சுற்றி வந்து அழுது கொண்டிருப்பான்.

மரணித்தவர் புண்ணியம் செய்திருந்தால் அச்சமின்றிச் சொர்க்கத்தைப் பார்ப்பதற்கு விரும்புவார். ஒவ்வொரு ஜீவனுக்கும் கபால மோட்சம் அடையும் வரை உடல் மீது ஆசை இருக்கும். சிரம் முழுவதும் எரிந்து போன பின் தேகாபிமானம் அழிந்து போகும். உடல் முழுமையாக எரிந்து சாம்பாலான பின், ஜீவன் காற்று வடிவில் அலைவான். புத்திரனும் பௌத்திரனும் செய்யும் உத்தரக் கிரியைகள் மூலமும் அவர்கள் அளிக்கும் பிண்டத்தின் மூலமும் ஜீவனுக்கு மீண்டும் புதிய பிண்ட சரீரம் ஏற்படும்.

அந்த இரு முகூர்த்தக் காலத்தில் இன்னும் அவன் வீட்டில் சவ தகனம் நிகழ்ந்திருக்காது. மரணித்தவுடனே இந்த நரக வழியில் அழைத்துச் சென்று விட்டு, மீண்டும் உடல் கிடக்கும் இடத்தில் சென்று சேர்த்து, அவனருகில் இரு எம கிங்கரர்களும் நிற்பார்கள். அதுவரை ஒரு பிரத்யேக தேகம் கொடுத்து அழைத்துச் சென்ற எம தூதர்கள், அந்தத் தேகத்திலிருந்து ஜீவனை விடுவித்து, கட்டை விரலளவு உள்ள ஜீவனின் சூட்சும உடலை எம பாசத்தால் இறுக்கிப் பிடித்துக் கொள்வார்கள்.

தன் வீட்டையும் தன் உடலையும் மீண்டும் பார்க்கும் ஜீவன், தன் உடலில் எப்படியாவது புகுந்துவிட வேண்டும் என்று தீவிரமாகத் தவிப்பான். ஆனால் எம தூதர்கள் பிடியை விட மாட்டார்கள். அவனுக்கு நடக்கும் அந்திமக் கிரியைகளை ஜீவனோடு சேர்ந்து அவர்களும் பார்த்திருப்பார்கள்.

யார் யார் வந்து செல்கிறார்கள், யார் அழுகிறார்கள், என்னென்ன செய்கிறார்கள் என்று அனைத்தையும் ஜீவன் பார்த்துக் கொண்டிருப்பான். ஆனால் அவனால் எதுவும் செய்ய இயலாது. அருகிலிருந்து எம தூதர்கள் அவனை நிந்தித்துக் கொண்டே இருப்பார்கள். அந்த நேரத்தில் தன்னவர்கள் என்று எண்ணியவர்கள் எப்படிபட்டவர்கள் என்பதை எல்லாம் அறிந்து கொள்வான் ஜீவன். ஆனால் பயனிருக்காது. பாவியான ஜீவன் துடிதுடிப்பான். அவனுக்குப் பசியும் தாகமும் அதிகமாக இருக்கும். உடல் இல்லாவிட்டாலும் உடலோடு இருந்தபோது ஏற்பட்ட அனுபவ வாசனை காரணமாக பசி, தாகம் போன்ற உணர்வுகள் தீவிரமாக மேலோங்கும். ஆனால் அதனைத் தீர்த்துக் கொள்ள உடலில்லாமல் அமைதியின்றித் தவிப்பான்.

தேகம் இல்லாத நிலையில் ஜீவனுக்கு ஏற்படும் தாபங்கள் கொடுமையாக இருக்கும். அது ஒருவித சித்திரவதை. அதன் பிறகு ஜீவனின் புதல்வன் கர்மாக்களில் அளிக்கும் ஜலமும் பிண்டமும் ஜீவனுடைய தாபங்களை ஓரளவு குறைக்கும். அந்தப் பத்து நாட்களும் ஜீவனின் பிராணன், பூமியின் எல்லையைத் தாண்டிச் செல்ல இயலாத நிலையில் இருக்கும். அந்தப் பத்து நாட்களும் கர்மாக்கள் சரிவரச் செய்யப்பட்ட பின்னரே ஜீவனால் பூமியின் எல்லையைத் தாண்டிப் பயணிக்க முடியும். உடல் இல்லாத நிலையில் ஜீவன் அனுபவிக்கும் வேதனை மிகக் கொடுமையானது. ஜீவன் பாவியாக இருந்தாலும் உத்தரக் கர்மாக்களின் போது செய்யப்படும் ஜலதானம், பிண்டத் தானங்களால் ஜீவனுக்கு வேதனையிலிருந்து சற்று ஆறுதல் கிட்டும்.

ஜீவன் உயிரோடு இருந்த காலத்தில் செய்த பாவம் மிக அதிகமாக இருந்தால், புத்திரன் அளிக்கும் ஜலமும் அன்னப் பிண்டமும் கூட அவனைச் சென்று சேராது. அது மிகவும் துரதிர்ஷ்டமான நிலை. ஒவ்வொரு ஜீவனுக்கும் மரணத்திற்குப் பின்னர் இத்தகைய உடலற்ற நிலை கட்டாயம் ஏற்படும். ஆனால் உயிரோடு இருக்கும்போது சிறிதளவாவது புண்ணியம் செய்திருந்தால் பத்து நாள் கர்மாவால் வேதனை குறையும் வாய்ப்பு அதிகம்.

மகா பாவியானவன் அனைத்து கர்மாக்களும் சரிவரச் செய்யப்பட்டாலும் கூடப் பேயாக அலைவான்.

ஏனென்றால் அவன் செய்த பாவ வினைப் பயனால் கர்மாவின் தானங்கள் அவனைச் சென்று சேராது. அவன் பிரேத வடிவாகப் பேயாக அலைவான்.

ஜீவனுக்கு நடைபெறும் பத்து நாள் கர்மாக்களையும் இரண்டு எமதூதர்களும் கவனித்துக் கொண்டிருப்பார்கள். பத்து நாட்களும் கர்மாவின் போது அளிக்கப்பட்டவை ஜீவனைச் சென்றடைந்து அவனுக்கு 'பிண்ட சரீரம்' வருகிறதா இல்லையா என்று பார்ப்பார்கள். சரிவர கர்மா நடக்காவிட்டால் ஜீவனுக்கு பிண்ட சரீரம் கிடைக்காது. அது கிடைத்தால்தான் ஜீவனின் பிராணனை அதில் இருத்தி இழுத்துச் செல்ல முடியும்.

ஜீவன் பிண்ட சரீரம் பெறாவிட்டால் அவனை அங்கேயே விட்டுச் சென்று விடுவார்கள் எம தூதர்கள். அப்படிப்பட்ட ஜீவன் பிரேதமாகவும் பேயாகவும் அலைவான். எத்தனை காலம் உடல் இன்றிப் பேய் அவஸ்தையில் இருப்பான் என்றால், ஜனசஞ்சாரம் இல்லாத பயங்கரமான காடுகளில் கல்பம் முடியும் வரை துயரத்தோடு அலைந்து கொண்டிருப்பான். செய்த பாவத்தை அனுபவிக்கத்தானே வேண்டும்? மீண்டும் மனிதப் பிறவி கிடைப்பது அத்தனை எளிதல்ல.

யார் எம தண்டனையை அனுபவிப்பார்களோ அவர்களுக்கு மட்டுமே மீண்டும் மனிதப் பிறவி எடுக்கும் தகுதி வரும். ஜீவன் செய்யும் பாவங்கள் எம தண்டனை மூலம் தீர்க்கப்படும். மீதி இருக்கும் அனுபவத்தின் வாசனைகளால் மறுபிறவி ஏற்படும். எம தண்டனை பெறாதவனுக்கு மனிதப் பிறவி கிடைக்காது.

எம தண்டனை பெறுவதற்குத் தகுதியாக, மரணித்தவன் பிண்டத் தேகத்தைப் பெற வேண்டும். பத்து நாள் கர்மா சரிவர நடக்காவிட்டாலோ, பத்து நாள் கர்மாவின் பலனைப் பெறும் தகுதி ஜீவனுக்கு இல்லாவிட்டாலோ ஜீவன் பேயாகவே அலைய வேண்டும். அப்படிப்பட்ட மகா பாவிக்கு மீண்டும் மனிதப் பிறவி கிடைப்பது துர்லபம்.

17. புதல்வன் என்ன செய்ய வேண்டும்?

இறந்தவனின் புதல்வன் 10 நாட்களும் கர்மாவைத் தவறாமல் செய்ய வேண்டும். புத்திரன் இல்லாவிட்டால் அதற்கான அதிகாரத்தை எடுத்துக் கொண்டு வேறு ஒருவர் செய்ய வேண்டும். அதன் மூலம் ஜீவனுக்கு பிண்டச் சரீரம் உருவாகும். அதனால் 'தச தின கர்மா' என்பது மிகவும் இன்றியமையாதது. அதேபோல் தச தானங்களும் முக்கியமாக அளிக்கப்பட வேண்டியவை. வேதம் பயின்ற, நல்லொழுக்கம் மிக்க தூய்மையான அந்தணரை அழைத்து சுத்தமான நீர், அரிசி, ஆபரணம், அமர்வதற்குப் பலகை, வெயிலில் இருந்து காக்கும் குடை, செருப்பு, செப்புப் பாத்திரம், காய்கறி, கீரை வகைகள் போன்றவற்றைத் தானம் செய்வதால் இறந்த ஜீவனுக்கு நலன் விளையும். ஜீவனை முள் குத்தாமலும், வெயில் தாக்காமலும் குதிரை மேல் ஏற்றி எமகிங்கரர்கள் அழைத்துச் செல்வர்.

ஒவ்வொரு நாளும் பிண்டதானம் செய்யும்போது அதனை நான்கு பகுதிகளாகப் பிரிப்பார்கள். இது பிரேதப் பிண்டம் எனப்படும். முதல் இரண்டு அன்னப் பிண்டத்தின் பகுதிகள் ஜீவன் வேறு லோகங்களில் வினைப்பயன் அனுபவிப்பதற்குத் தேவையான 'யாதனா' சரீரத்தை உருவாக்கும். மூன்றாவது பகுதியை அங்குப் பிராணனைப் பிடித்துக் கொண்டு நிற்கும் இரண்டு எமதூதர்களும் எடுத்துக் கொள்வர். மீதி உள்ள பகுதி, இறந்த ஜீவனின் வேதனையைத் தீர்ப்பதற்குப் பயன்படுகிறது.

மரணம் அடைந்த நாள்முதல் 10 நாட்கள் வரை போடப்படும் பிண்டமும் உதகமும் (நீர்) ஜீவனுக்கு ‘பிண்ட’ தேகத்தை அளிக்கிறது. அந்த உடல் எத்தனைப் பெரியது தெரியுமா? அது ஒரு கையளவு இருக்கும். அந்தத் தேகம் நரக லோகத்திற்குச் செல்லும் பயணத்திற்குப் பயன்படுகிறது.

உடல் என்பது ஒரு வாகனம். உயிரோடு இருக்கும்போது மனிதனின் உடலுக்கு ‘கர்மத் தேகம்’ என்று பெயர். ஜீவன் நரகத்திற்குச் செல்லும் மார்க்கத்தில் பிண்டத் தேகத்தால் பாவம் புண்ணியம் இரண்டின் பலனையும் அனுபவிப்பான்.

ஒவ்வொரு நாளும் அளிக்கப்படும் பிண்டத்தால் என்னென்ன கிடைக்கும்?

பத்து நாள் காரியத்தில், முதல் நாள் அளிக்கப்படும் பிண்டத்தால் ஜீவனுக்குத் தலை உண்டாகும். இரண்டாம் நாள் பிண்டத்தால் கழுத்தும் தோள்களும் உண்டாகும். மூன்றாம் நாள் இதயம், நான்காம் நாள் பிட்டம், ஐந்தாம் நாள் நாபி, ஆறாம் நாள் இடுப்பும் குதமும், ஏழாம் நாள் தொடைகள், எட்டாம் நாள் கால்கள், ஒன்பதாம் நாள் பாதங்கள், பத்தாம் நாள் பிண்டத்தால், பிண்ட ரூபத்தை ஏற்கும் சக்தி அந்தக் கட்டைவிரல் அளவுள்ள ஜீவனுக்கு ஏற்படுகிறது. பதினொன்று, பன்னிரண்டாம் நாட்களில் போடப்படும் பிண்டங்களை வழித் துணைக்கு எடுத்துக்கொண்டு, குரங்கைக் கயிற்றைக் கட்டிப் பிடித்து இழுப்பது போல எம தூதர்கள் ஜீவனை இழுத்துச் செல்வர். தனி ஒருவனாக ஜீவன் அழுதுகொண்டே எம தூதர்களின் பின் செல்வான்.

18. எமலோகம் எத்தனைத் தூரம்?

எம லோகம் எத்தனை தொலைவில் உள்ளது என்று கேட்ட கருடனுக்குப் பகவான் பதிலளிக்கிறார்:

பூமியிலிருந்து எமலோகம் 86 ஆயிரம் யோஜனை தூரம். இது தவிர வைத்தரணி நதியையும் கடக்க வேண்டியுள்ளது. இந்தப் பிரயாணத்தில் 16 புரங்களைக் கடந்து செல்ல வேண்டும். அந்த இடங்களில் ஜீவன் சற்று ஓய்வெடுப்பான். அந்தப் பாதை மிக மிகப் பயங்கரமானது. அந்தப் பயணத்தில் ஜீவன் அழுது கொண்டே செல்வான். அத்தனை பீதியும் துயரமும் நிறைந்த பாதை அது.

யமலோகம் செல்லும் பாதை மிகப் பயங்கரமாக இருக்கும். எரியும் தீ நாக்குகள் ஒரு புறம், வேதனை தாங்க முடியாமல் ஜீவன்கள் கதறும் ஓசை மறுபுறம், காது செவிடாகும்படி கைத்தட்டல் ஒருபுறம், தாகம் தீர்த்துக் கொள்வதற்கு ஒரு வாய் தண்ணீர் கூடக் கிடைக்காமல் ரத்தமும் சீழும் மழைபோல் ஊற்றும் காட்சி மறுபுறம். எங்குப் பார்த்தாலும் எலும்புக் கூடுகளும், மாமிசத் துண்டுகளும் சிதறிக் கிடக்கும். பார்ப்பதற்கே அருவருப்பாகத் தோற்றம் தரும் என்று நாராயணன் வர்ணித்தபோது, எம மார்க்கம் எப்படிப்பட்டதாக இருக்கும் என்று வினவினான் மகாவீரனான கருடன்.

19. எம மார்க்கத்தில் ஜீவன் படும் அவஸ்தை

கருடா! அந்த மார்க்கத்தின் கொடுமையை என் பக்தனான நீ கேட்டால்கூட நடுங்குவாய் என்று கூறிவிட்டு நாராயணன் விளக்குகிறார்:

பாதையின் ஓரத்தில் மர நிழல் எதுவும் கிடையாது. ஜீவனுக்குப் பசியும் தாகம் அதிகமாக இருந்தாலும் வழியில் எதுவும் கிடைக்காது. ஜீவனுக்கு எம மார்க்கப் பயணத்தின் போது தீவிரமான தாகம் ஏற்படும். குடிப்பதற்குச் சொட்டு நீர் கூடக் கிடைக்காது. பிரளய காலத்தில் ஏழுவித சூரியர்கள் வெப்பத்தால் வறுத்தெடுப்பர். அத்தகைய தீவிரமான வெப்பம் எமலோகத்திற்குச் செல்லும் பாதையில் இருக்கும். கையளவுள்ள மென்மையான பிண்டத் தேகத்தோடு பயணிக்கும் ஜீவன், வேதனையை அதிகம் அனுபவிப்பான். சற்று தூரம் சென்ற பின் எலும்பை நொறுக்கும் பயங்கரமான குளிரடிக்கும். இன்னும் சற்று தூரத்தில் அடித்துத் தள்ளும் காற்று வீசும். சில இடங்களில் ஒரே காரிருளாகவும் சில இடங்கள் முட்பாதையாகவும் இருக்கும். சில இடங்களில் தேள், புலி, சிங்கம், நாய், ஓநாய் போன்ற குரூர விலங்குகள் மேலே வந்து பாய்ந்து கடித்துக் குதறும். இவை அனைத்தையும் ஜீவன் அனுபவித்துத் தீர வேண்டியவனாக இருப்பான். அங்குச் சற்று தூரம் சென்ற பின் 'அசிபத்ர வனம்' இருக்கும். அது இலைகள் அடர்ந்த மைதானம். ஒவ்வொரு இலையும் கத்தி போல் கூரானது. அதன் மீது ஜீவனை இழுத்துச் செல்வர் எமதூதர்கள்.

அவை பிண்ட உடலைக் கிழித்து ரத்தம் வழியும்படி துன்புறுத்தும். பயங்கரமான இருளில் கிணறு போன்ற பள்ளத்தில் விழுந்து, மலைபோல் இருக்கும் உயரத்தில் ஏறி ஆணிகளின் மீதாகவும், சேற்றின் மீதும் செல்லும்போது ஜல ஜந்துக்கள் கடித்துக் குதறும். எண்ணிலடங்காத துன்பங்களை அனுபவிப்பான் ஜீவன். சில இடங்களில் நெருப்பு மழையும், கல் மழையும், இடியும், ரத்த மழையும், வெந்நீர் மழையும் பொழியும். ஆழம் தெரியாத பள்ளங்கள், குகைகள், கருங்கற்கள், அசிங்கமான மலம், சீழ், ரத்தத்தால் நிரம்பிய பாதை அது. அதுபற்றி காதால் கேட்டால் கூடப் பயங்கரமாக இருக்கும்.

வழியில் பல உலகங்கள் கண்ணில் படும். வழியில் பயங்கரமான ஆழமான நதியில் விழுந்து கதறி அழுவான். இறப்பதற்கு முன் பெற்றிருந்த உடலின் நினைவு முழுவதும் நீங்காத நிலையில், “அம்மா! அப்பா! மகனே!” என்றெல்லாம் கூவி அழைத்து ஓலமிடுவான். யாரும் அங்கு வந்து அவனைக் காப்பாற்றப் போவதில்லை. ஆனால் ஜீவனின் உடலில் இருந்து வழிகின்ற ரத்தத்தைக் குடிப்பதற்கு சில உருவங்கள் அந்தப் பாதையில் காத்திருக்கும். அது ஒரு மகா வேதனை.

பாம்பும் தேளும் நிறைந்த பாதைகளைக் கடந்தபின் எம கிங்கரர்கள் ஜீவனிடம் ‘மடையனே! இப்பொழுது அழுது என்ன பிரயோஜனம்? இறைவன் கொடுத்த மனிதப் பிறவி என்னும் வாய்ப்பை பாவம் செய்து நழுவ விட்டாய்’ என்று கூறி நிந்திப்பார்கள். ‘எத்தனையோ பிறவிகளில் செய்த புண்ணியங்களின் பலனாக மனிதப் பிறவி கிடைத்தது. அதனை வீணாக்கி விட்டாயே’ என்று குத்திக் காட்டுவார்கள். ‘சிரித்துக் கொண்டே பாவம் செய்தாய் அல்லவா? அதன் பயனை அழுது கொண்டே அனுபவி’ என்று சற்றும் இரக்கமின்றி நிந்திப்பார்கள்.

அப்போது ஜீவனுக்கு ஓரளவு தன் தவறு புரியும். அழுவான். கர்ப்பத்தில் இருக்கும் போது அழும் சிசுவைப் போல, இப்போது மீண்டும் அழுகிறான். மனிதப் பிறவியின் மதிப்பு ஜீவனுக்கு மரணத்திற்குப் பின்புதான் புரிய வரும். வேதனையால் அழுது துடிப்பான்.

ஐயோ! நான் சின்னச் சின்ன தானமோ தர்மமோ செய்திருக்கலாமே என்று வருந்தித் துன்புறுவான்.

ஒருமுறை கூட நான் இறைவனை வழிபடவில்லை. ஒரு நியமத்தைக் கூட வாழ்க்கையில் கடைப்பிடிக்கவில்லை. நியமங்களின்படி தீர்த்தங்களில் நீராடவில்லை. யாசித்தவருக்கு ஒரு துளியும் தானம் செய்யவில்லை. ஒரு நற்செயல்கூடச் செய்யாததால் இன்று அனுபவிக்கிறேன் என்று கலங்குவான். நாத்திகனாக, வேத சாஸ்திரங்களை நம்பாமல் இஷ்டம் வந்தாற்போல் வாழ்ந்து பிறவியை வீணடித்தேன், ஆத்திகர்களை அவமதித்தேன் என்று அழுது கொண்டே செல்லும் ஜீவன், மிக வேகமாக இழுத்துச் செல்லப்படுவான்.

புறப்பட்டதில் இருந்து 17 நாட்கள் இந்தப் பயணம் இருக்கும். 18ம் நாள் 'சௌமியபுரம்' என்ற நகரத்தை அடைவார்கள். அப்போது ஜீவன் இறந்து ஒருமாத காலமாகி இருக்கும். வழிப் பயணத்துக்கு எடுத்து வந்த அன்னப் பிண்டம் தீர்ந்து விட்டதால், பூமியில் புத்திரன் மாசிகம் செய்ய வேண்டும். ஜீவன் மரணித்த 12ம் நாளே எல்லா மாசிகங்களையும் சேர்த்து ஓராண்டிற்குரிய 16 விதக் கிரியைகள் செய்வார்கள். ஏனென்றால் கர்த்தாவுக்கு ஒருவேளை இடையில் ஏதாவது நேர்ந்து விட்டால், இந்த ஜீவனின் பயணம் தடைப்படும். சௌமியபுரத்தில் சில பிரேத கணங்கள் தென்படும். அங்கு புஷ்பபத்திர நதி ஓடும். அருகில் ஓர் ஆலமரம் இருக்கும். அதன் நிழலில் சற்று ஓய்வெடுக்க அனுமதிக்கப்படுவான் ஜீவன். அப்போது மனைவி, மக்களை நினைத்து ஓவென்று குரலெடுத்து அழுவான்.

'மூடனே! உனக்கு என்ன பைத்தியமா? உன் அழுகை அவர்கள் காதில் விழாது. நீ திரும்பிச் செல்லவும் முடியாது. அவர்களை நினைப்பது ஏன்? நீ இப்போது செய்யக் கூடியது ஒன்றே ஒன்றுதான். செய்த வினையின் பயனை அனுபவிப்பது' என்று எம தூதர்கள் அடித்துக் கடிந்துரைப்பர்.

முதல் மாத மாசிகத்தில் ஜீவனின் புத்திரனோ, பந்துகளோ தயையுடனும் நட்புடனும் அளிக்கும் ஜல தானமும்,பிண்டத் தானமும் பெற்று மீண்டும் பயணித்து 'சௌரிபுரம்' என்ற நகரை அடைவர். அந்த நகரில் பயங்கர வடிவு கொண்ட ஜங்கமன் என்பவன் இருப்பான். அவனைப் பார்த்து எமன் என்று நினைத்துப் பயந்து அலறுவான் ஜீவன். அங்கு இருக்கும்போது, பூமியில் புதல்வன் 'த்ரை பக்ஷிக மாசிகம்'

(3வது பட்ச மாசிகம்) செய்து அளித்த பிண்டத்தாலும், நீராலும் மீண்டும் கிளம்பிப் பயணித்து நகேந்திரப்புரத்தை அடைவான். அங்கு மீண்டும் 'அசிபத்திரவனம்' மைதானம் போல் மிகப் பெரியதாகத் தென்படும். அதன் மீது ஜீவனை இழுத்துச் செல்வர். 3வது மாத மாசிகத்தில் அளிக்கப்பட்ட பிண்ட, உதக தானத்தால் 'சைலாகமபுரம்' என்னும் கல்மழை நகரத்தை அடைவான். அங்கு இவனைப் போலவே பயணித்து அங்கு வந்து சேர்ந்தவர் மீது கல் மழை பொழிந்து கொண்டிருக்கும். அங்கு நான்காம் மாத மாசிகத்தில் அளிக்கப்பட்ட பிண்டத்தையும் ஜலத்தையும் ஏற்கும்போது சற்று ஆறுதல் அடைந்து, அங்கிருந்து பயணித்து 'கிரௌஞ்சபுரம்' என்னும் ஹிம்சை நகரத்தை அடைவான். அங்கு ஐந்தாம் மாத மாசிக பிண்டத்தை உண்டு 'குரூரபுரத்தை' அடைவான்.

இவ்வாறு 170 நாட்களில் 'ஊனஷான்' மாசிக்கத்தின்போது புத்திரன் செய்யும் 'உதகும்ப' (நீர்க் குடம்) தானத்தால் ஜீவனுக்கு சிறிது திருப்தி ஏற்படும். அங்கு இரண்டு கடிகை நேரம் ஓய்வெடுத்து, மீண்டும் கிங்கரர்களுடைய கர்ஜனைகள், நிந்தனைகளின் ஊடே பயணத்து 'விசித்திர பவனம்' என்ற நகரத்தை அடைவான். அங்கு எமனின் சகோதரன் இருப்பார். அவர் பெயர் விசித்திரராஜா. அவரைப் பார்த்து ஜீவன் அஞ்சி நடுங்குவான்.

அங்குப் பரிசல் ஓட்டுபவர் சிலர் வருவர். 'கோதானம் செய்தாயா? உயிருடன் இருக்கும்போது கோதானம் செய்திருந்தால், பயங்கரமான இந்த வைத்தரணி நதியைத் தாண்டுவதற்கு உதவுவோம்' என்று கூறுவர். ஜீவன், 'ஓ இறைவா!' என்று அழுவான். உயிரோடு இருக்கும்போது கோதானம் செய்யாத ஜீவனை மூக்கில் கயிறு கட்டி இழுத்து, சீழும் ரத்தமும் மல மூத்திரமும் நிறைந்த பயங்கரமான வைத்தரணி நதியில் பல காலம் அமிழ்த்தி வைப்பார்கள் எம கிங்கரர்கள்.

பின்னர் மீண்டும் பயணித்து 'பஹூ ஆபத புரம்' எனப்படும் ஆபத்துகள் பல நிறைந்த நகரத்தை அடைவார்கள்.

அங்குப் புத்திரன் அளிக்கும் 7வது மாசிகப் பிண்டம் கிடைக்கும். அங்கிருந்து ஆகாய மார்க்கத்தில் கிளம்பி 'துக்கத' நகரம் என்னும் துயரம் நிறைந்த நகரத்தை அடைவர். அங்கு எட்டாம் மாசிகப் பிண்டமும் உதகமும்

பெற்று ‘ஆக்கிரந்தபுரம்’ என்னும் அழுகை நகரத்தை அடைவான். அங்குப் பலவித பிரேதங்கள் ‘ஓ’ என்று அழுது கொண்டிருக்கும். அதைக்கேட்டு இதயம் உடைந்து இந்த ஜீவனும் அழுவான். அங்கு ஜீவன் ஒன்பதாம் மாசிகப் பிண்டத்தை ஏற்பான்.

பத்தாவது மாதத்தில் கர்மா செய்யப்படாத ஜீவன் பிரேத வடிவிலேயே துன்பங்களை அனுபவிப்பான். பூமியில் புதல்வன் அளிக்கும் கர்மாக்களை ஏற்று அந்த நகரத்திலிருந்து ‘சுதப்தம்’ என்ற நகரை அடைவான். அங்கு ஏகாதச மாசிகத்தில் புதல்வன் விடுத்த பிண்டமும் உதகமும் பெறுவான்.

பதினோராம் மாதம் ‘ரௌத்திர புரத்தை’ அடைவான். அங்கிருந்து சரியாக 347 நாட்களில் ‘பயோவர்ஷண நகரம்’ என்னும் பயங்கரமான மழை நகரத்தை அடைவான். அங்கு உபத்திரவம் விளைவிக்கும் இடியும் மின்னலும் கல்லுமான தொடர் மழை பொழிந்து கொண்டிருக்கும். அங்கு ஊன ஆப்திக சிராத்தத்தில் புத்திரன் அளிக்கும் பிண்டமும் உதகமும் கிடைக்கும்.

ஓராண்டு நிறைவடையும்போது ‘சீதாட்ய நரகம்’ என்னும் குளிர் நடுக்கும் நகரத்தை அடைவான். அங்கு வெயில் தென்பட்டாலும் எலும்பை உருக்கும் குளிரடிக்கும். ‘யார் என்னைக் காப்பாற்றுவார்கள்?’ என்று அழுது குளிரில் நடுங்குவான். முதல் ஆப்தீகமான வருஷாப்தீகத்தின் போது அளிக்கும் ஜலமும் அன்னப் பிண்டமும் கிடைத்து ‘பஹுபீதிபுரம்’ என்னும் மிக அச்சம் தரும் நகரத்தை அடைவான்.

அங்கு பிண்டத் தேகத்திலிருந்து, அங்குஷ்டப் பிரமாணம் கொண்ட (கட்டை விரல் அளவுள்ள) ஜீவனை எடுத்து ‘யாதனா’ சரீரத்தில் பொருத்துவர் எமதுதர்கள். ‘யாதனா தேகம்’ எத்தனை வேதனையை அனுபவித்தாலும் அழியாது. மென்மையான அந்த உடல் சிறிய ஊசியால் குத்தினால்கூடத் தாங்க முடியாத வலியைத் தரும். அப்படிப்பட்ட யாதனா சரீரம் நரகத்தில் பயங்கரமாக கொடுமைப்படுத்தப்பட்டு ஜீவன் அல்லலுறுவான். புத்திரன் சரியாக சிராத்தங்களைச் செய்யாவிட்டால் ஜீவனுக்கு சொல்ல முடியாத வேதனை ஏற்படும்.

வைனதேயா! 'யாதனா' தேகத்தோடு ஜீவன் எமலோகத்திற்குள் நுழைவான். எமலோகத்திற்கு நான்கு வாயில்கள். இவன் செல்லும் வழி தெற்கு துவாரம் என்று கூறி நாராயணன் நிறுத்தினார்.

"இன்னும் கூறுங்கள், பகவானே!" என்று மேலும் கேட்கத் துணிந்தார் கருடன்.

"எமலோகத்தில் ஜீவன் அனுபவிக்கும் துயரம் இன்னும் பயங்கரமானது. கேட்க விரும்புகிறாயா? சரி, கேள்!" என்று கூறித் தொடர்ந்து விவரித்தார் பகவான்.

எமதர்மராஜாவின் பட்டணத்தின் அருகில் செல்லும்போதே ஜீவர்கள் அலறும் ஓசை கேட்கும். அதைக் கேட்டு இந்த ஜீவனும் அழ ஆரம்பிப்பான். ஆனால் எம தூதர்கள் இவனை இழுத்துச் சென்று எமலோகத்தின் வாயிலில் காத்திருக்கும் தர்மத்வஜன் என்ற அதிகாரியிடம் ஒப்படைத்து, ஒரு பாவி வந்திருக்கிறான் என்று அறிவிப்பார்கள். அவர் உள்ளே சென்று சித்திரகுப்தனிடம் தெரிவிப்பார். சித்திரகுப்தன் எமதர்ம ராஜனிடம் தெரிவிப்பார். பூமியில் கர்மா செய்யும் ஜீவனின் புதல்வர் பயறு, துவரை, கோதுமை, நெல், எள் போன்ற தானியங்களைப் பாத்திரங்களில் வைத்து தானம் செய்தால் அவற்றால் தர்மத்வஜன் மகிழ்ந்து ஜீவனை மிருதுவாக நடத்துவார்.

20. சிரவணர்கள்

ஜீவனின் வரலாற்றை எமன் வினவ, சித்திரகுப்தனின் ஆணைப்படி சிரவணர்கள் ஜீவன் செய்த பாவ புண்ணியங்களை எமனிடம் விவரிப்பர். சிரவணர்கள் பன்னிரண்டு பேர். இவர்கள் பிரம்மாவிடமிருந்து தோன்றிய தேவதைகள். இந்த சிரவண தேவதைகள் ஜீவர்களின் செய்தியைச் சேகரித்து அளிப்பவர்கள். சிரவணர்களுக்கு கர்ம சாட்சிகளான சிலர் பூமியிலிருந்து செய்திகளை அனுப்புவார்கள். மானுடர்கள் நேராகவும் மறைவாகவும் செய்யும் அனைத்தையும் அறியும் சிரவணர்கள், நற்செயல் செய்பவரைப் பார்த்து திருப்தி அடைவர். யாரைப் பார்த்து சிரவணர்கள் மகிழ்வார்களோ அவர்களுக்கு நரக வேதனை இருக்காது. தீய செயல் புரிபவர்களைப் பார்த்து சிரவணர்கள் வருந்துவர். பாவிகளின் வரலாற்றை சத்தியவாதிகளான சிரவணர்கள் உள்ளது உள்ளபடி சித்திரகுப்தனிடம் தெரிவிப்பார்கள். விரதம், தானம், சத்தியம் இவற்றைக் கடைப்பிடிப்பவர்களைப் பார்த்து திருப்தி அடைந்து மகிழும் சிரவணர்கள் அவர்களுக்குச் சொர்க்கமும் மோட்சமும் அளிப்பர்.

சிரவணர்கள் கூறுவதை, ‘ஆமாம், உண்மை’ என்று ஆமோதிப்பர் சிலர். அவர்களே கர்மச் சாட்சிகள். சந்திரன், சூரியன், வாயு, அக்னி, ஆகாயம், பூமி, நீர், மனசாட்சி, எமன், இரவு, பகல், காலை, மாலை, தர்ம தேவதை ஆகியோர் சகல பிராணிகளின்

செயல்களுக்கும் சாட்சிகள். இவர்கள் அனைவரும் இறைவனின் கண்கள்.

சித்திரகுப்தர் மற்றும் சிரவணர்களின் உதவியோடு எம ராஜன் காரிய நிர்வாகம் செய்வார். ஜீவர்களின் பாவங்களையும், புண்ணியங்களையும் சிரவணர்கள் தெரிவிப்பர். அதற்குத் தக்கபடி தண்டனையைத் தீர்மானித்து சித்திரகுப்தர் எமனிடம் அளிப்பார். எமன் அவர்களுக்குத் தகுந்த தண்டனையை விதிப்பார். எந்த உறுப்பால் பாவம் செய்தார்களோ அந்த உறுப்பிற்கே தண்டனை விதிப்பார். பெரியோர்களை நிந்தித்தவர்களின் வாயில் புழுக்களைப் போடுவார். பெரியோர்களை மதித்துக் கௌரவித்தவர் மறுபிறவியில் வாக்கு வன்மை பெற்ற அறிஞனாகப் பிறப்பார். புண்ணியத் தீர்த்தங்களில் ஸ்நானம் செய்தவர் புனிதமான வாழ்க்கை வாழத் தகுந்த பிறவி எடுப்பார். புலன்களின் ஆசைக்கு உட்பட்டு கீழான செயல்களில் ஈடுபட்டவர் குரூபியாகப் பிறப்பார். தன் வாழ்க்கையைப் பரோபகாரத்திற்கு பயன்படுத்தியவர் மறுபிறவியில் ஆனந்தமான வாழ்க்கை வாழ்வார்.

21. எமதர்ம ராஜனின் வர்ணனை

தார்மீகமானவர்கள் தர்மராஜனின் மாளிகைக்கு மீதியுள்ள மூன்று வாயில்கள் வழியே நுழைவர். பாவ ஜீவிகள் தெற்கு வாயில் வழியே நுழைவர். தார்மீகர்களும் எமலோகத்திற்கு வந்து எம தரிசனம் செய்துவிட்டுச் செல்வார்கள். அவர்களுக்கு எம மார்க்கத்தின் அவஸ்தைகள் கிடையாது. அந்த மூன்று வாயில்களும் மிக அழகாக, சுகமாக இருக்கும். அவர்களுக்கு எமதர்மராஜன் மிகச் சுந்தரமாகவும் சாந்தமாகவும் காட்சியளிப்பார். பாவிகளுக்கு பயங்கரமாகக் காட்சி தருவார்.

சிரவணர்கள் கூறும் பாவப் பட்டியலைக் கேட்டதும், பாவிகளிடம் உக்கிரமாகவும் பயங்கரமாகவும் தோற்றமளிக்கும் எமன், கோபமாகக் கண்களை உருட்டி ஜீவனைப் பார்ப்பார். ஜீவன் பயத்தால் நடுநடுங்குவான். ஒரு கையில் கால தண்டம், மறு கையில் பாசம், கருத்த மலைபோல் மிகப் பெரிய உடல், மகிஷம் மீது அமர்ந்து எமன் கர்ஜிப்பார். எமனின் கர்ஜனை பிரளயகால மேக கோஷம் போலிருக்கும். எமனின் ஆயுதங்கள் மின்னல் போல் ஒளிரும். முப்பத்திரண்டு புஜங்களும் விசாலமான ரத்தம் போன்ற கண்களும், நெருப்பைக் கக்கும் நாக்கும், பயங்கரமான வதனமும், கூரான தீர்க்க நாசிகளும் கொண்டவர். அவரைச் சுற்றிலும் பலவித 'ம்ருத்யு' தேவதைகளும், ஜுர தேவதைகளும் இருப்பர். சித்திரகுப்தனும் பார்ப்பதற்குப் பயங்கரத் தோற்றத்தோடு இருப்பார்.

அவர்கள் அனைவரையும் பார்த்து ஜீவன், பிடிபட்ட திருடனைப் போல அஞ்சுவான். 'ஐயோ, · ஒரு தானமோ, நற்செயலோ கூடச் செய்யாமல் வாழ்நாளை வீணடித்தேனே' என்று புலம்புவான்.

சித்ரகுப்தன், எமனின் உத்தரவுப்படி ஜீவனிடம், "உனக்கு விவேகம் என்ற புத்தியோடு கூட உடலையும் அளித்தானே, இறைவன். அதனை ஏன் நீ நல்வழியில் பயன்படுத்தவில்லை?" என்று கடிந்துரைப்பார். "எமன் உன் மேல் கோபத்தால் தண்டனை அளிப்பதாக நினைக்காதே. எமனுக்கு யார் மேலும் கோபமோ, அனுக்கிரகமோ கிடையாது.. மூர்க்கன், அறிஞன், தரித்திரன், செல்வந்தன், பலவான், நோஞ்சான் எல்லோரிடமும் ஒன்று போல் நடந்து கொள்வார் எமன். அதனால் எமனுக்கு சமவிருத்தி என்று பெயர்" என்று சித்திரகுப்தன் கூறுவார்.

துயரத்தில் வருந்தும் ஜீவனை எமனின் ஆணைப்படி 'பிரசண்டன்', 'சண்டகன்' என்ற இரு எம கிங்கரர்கள் இழுத்துச் செல்வர். கயிற்றால் கையையும் காலையும் கட்டி மரத்தில் தொங்க விடுவர். மிகப் பெரிதான அந்த மரம் நெருப்பு போல் சுடும்.

இதிலிருந்து தொடங்குகிறது நரகலோகத் தண்டனை. தெற்கு வாயில் அருகிலிருக்கும் மரத்தில்தான் பாவியைக் கயிற்றால் கட்டித் தொங்க விடுவார்கள். அந்தப் பிரம்மாண்டமான ஆலமரம் ஐந்து யோஜனை தூர அகலமும், ஒரு யோஜனை உயரமும் கொண்டது. ஜீவன் அழுது கொண்டே கைகூப்பி வணங்கிக் கெஞ்சுவான். 'என் தவறுகளை மன்னியுங்கள்! என்னை விட்டு விடுங்கள். என்னால் தாங்க முடியவில்லை' என்று கதறுவான்.

எம கிங்கரர்கள் அவனை நையப் புடைத்து, 'இங்கு வந்து அழுது என்ன பிரயோஜனம்? இந்த அழுகையை உயிரோடு இருக்கும்போதே அழுதிருந்தால் தேவதைகள் கருணையோடு அருள் புரிந்திருப்பார்கள். அப்போதே மன்னிப்பு கேட்டு பிராயசித்த விரதங்களை மேற்கொண்டு இருந்தால் மன்னிப்பு கிடைத்திருக்கும். இங்கு உன் அழுகையைக் கேட்பவர் யாரும் இல்லை. தண்டனை தீர்மானம் ஆகிவிட்டது. சிறிதளவாவது புண்ணியம் செய்திருந்தால் இங்கு நரகத்தில் வந்து விழுந்திருக்க மாட்டாய். தர்ம காரியம் செய்வது கஷ்டமா என்ன?

சோம்பலாலும், அலட்சியத்தாலும், திமிராலும், தற்காலிகச் சுகத்திற்காகவும் சாஸ்திர வாக்கியமான சாஸ்வதத் தர்மத்தை மானுடன் விட்டு விடுகிறான். தாகத்தால் தவிப்பவனுக்கு நீர் அளிப்பதும், பசித்தவனுக்கு உணவளிப்பதும் கூட தர்மச்செயல்களே. அதைக்கூட நீ செய்யவில்லை. காக்கைக்கும் நாய்க்கும் கூட ஒரு கைப்பிடி சோறு போட்டவன் இல்லை நீ. வீட்டுக்கு வந்த, முன்பின் அறியாதவரான அதிதிக்கு என்றாவது அன்போடு உணவளித்தாயா? வாக் தானம், திருஷ்டி தானம், ஜல தானம், அன்னதானம் என்ற நான்கு வகைத் தானங்களை எளிதாக ஆற்றி இருக்கலாமே. அப்யாகத: ஸ்வயம் விஷ்ணு: வீட்டிற்கு அழைக்கப்பட்டு வரும் விருந்தினர் சாட்சாத் விஷ்ணுவே. அவரை அலட்சியம் செய்தால் நாராயணனுக்குக் கோபம் வரும். வாக் தானம் என்றால் வீட்டுக்கு வரும் விருந்தினரை அன்பான சொற்களால் உபசரிப்பது. திருஷ்டி தானம் என்றால் விருந்தினருக்கு எது தேவை என்று பார்த்துப் பார்த்து உதவி செய்வது. உன் வீட்டுக்கு வந்த அதிதிகளை நீ ஆதரிக்கவில்லை. பித்ரு தர்ப்பணங்களைச் செய்யவில்லை. எமனையோ, சித்திரகுப்தனையோ நினைத்துக் கூடப் பார்க்கவில்லை. இல்லறத்தான் தெய்வ பூஜையும், பித்ரு வழிபாடும் செய்யவில்லை என்றால் மானுடப் பிறவியே வீண். இங்கு நாங்கள் யாரும் உன்னிடம் கருணை காட்ட மாட்டோம். கருணை மயமான ஸ்ரீஹரியை ஒரு முறையாவது வணங்கி இருந்தால் இந்த நரகத்தில் வந்து விழுந்திருக்க மாட்டாய். அபராதிகளைத் தண்டிப்பது எங்கள் கடமை' என்று எம கிங்கரர்கள் ஜீவனிடம் கடிந்துரைத்துத் தண்டிக்கத் தொடங்குவர்.

கொடுமையான வேதனையைத் தாங்காமல் கயிறு அறுந்து கீழே விழும் ஜீவனை அங்கிருக்கும் நாய்கள் கடித்துக் குதறும். கிங்கரர்கள், ஜீவனின் வாயில் புழுதி மண்ணை அள்ளிப் போட்டு அடித்து உதைத்து மீண்டும் மரத்திலிருந்து தொங்க விடுவர். ஜீவனின் யாதனா சரீரத்தை ரம்பத்தால் அறுப்பார்கள். யாதனா தேகம் சேதமடைந்தாலும், ஜீவன் மயங்கி விழுந்தாலும் மீண்டும் மீண்டும் உயிர்த்தெழுந்து தண்டனையை அனுபவிப்பான்.

நரகலோகத்தில் பாவிகள் சிலரைக் கிணற்றில் தள்ளுவர். சிலரை மலையில் இருந்து கீழே உருட்டி விடுவர். புழுக்கள்

நிறைந்த குழியில் வீழ்த்துவர். அண்டங்காக்கைகளும் பருந்துகளும் கூரான மூக்கால் பாவியான ஜீவர்களைக் குத்தித் தாக்கும்.

அங்குத் தண்டனை அனுபவிக்கும் பாவிகள் சிலர், மற்றவரை அடையாளம் கண்டு பழைய பகை நினைவுக்கு வந்து மீண்டும் சண்டையிட்டுக் கொள்வார்கள். கிங்கரர்கள் அவர்களை நையப்புடைப்பார்கள்.

மொத்தம் 84 லட்சம் நரகங்கள் உள்ளன. அவற்றில் முக்கியமானவை 28. மானுடன் நரகங்களின் பெயர்களையும், நரக வேதனங்களையும் காதால் கேட்டால் நரகத்தில் விழமாட்டான்.

பாவிகள் கல்பம் முடியும் வரை நரகம் அனுபவித்து மீண்டும் சிருஷ்டி தொடங்கும்போது புழுப் பூச்சிகளாகப் பிறவி எடுப்பர் என்று விவரித்த மகா விஷ்ணு மேலும் கூறுகிறார்:

கருடா! ஒன்று சொல்கிறேன் கேள்! குடும்பத்தை போஷிப்பதும், வயிற்றை நிரப்பிக் கொள்வதும் மட்டுமே வாழ்க்கை என்று நினைத்து அதற்காகவே வாழ்பவர்கள் இகலோகமும் கெட்டு, பரலோகமும் கெட்டு நரகத்தில் வீழ்வர். பாதுகாப்பான தர்மவழியை விட்டு விலகி, பிற தீய வழிகளில் சம்பாதிப்பவர் அனைவரும் நரக வேதனையை அனுபவித்தே தீருவர். தர்மத்தோடு செல்வம் ஈட்டி, தர்ம வழியில் செலவழிக்காவிட்டால் அந்தச் செல்வம் விஷத்திற்குச் சமம். ஆனால் தீயவடிவில் ஜீவன் சம்பாதித்த செல்வத்தை அனுபவிக்கும் அவருடைய மனைவி மக்களாகிய குடும்பம் நரகத்தை அடையாது. அதனால் குடும்பத்தைக் காப்பாற்றுவதற்காகத் தவறு செய்கிறேன் என்று கூறுவது முட்டாள்தனம்.

22. பாவங்களும் நரகங்களின் பெயர்களும்

பறவைகளின் அரசனான கருடன், திருமாலை வணங்கி, "நரகங்கள் என்னென்ன? அவை எவ்வாறு இருக்கும்? அவற்றில் யார் யார் எப்படித் தண்டிக்கப்படுவார்கள்? அவற்றை அடியேனுக்கு விவரமாகத் தெரிவிக்க வேண்டும்" என்று கேட்க, திருமால் கருடனை நோக்கிப் பேசலானார்.

காஸ்யப புத்திரனே! பாவம் செய்தவர்களுக்குக் கால தேவனால் நிச்சயக்கப்பட்ட நரகங்கள் 84 லட்சம். அவற்றில் தாமிஸ்ரம், சௌகசம், திரௌஞ்சம், மகாபைரவம், சால்மலி, ரௌரவம், குட்மலம், பூதி, மிருதகம், காலசூத்திரகம், சங்காதம், லோகதுத்தம், சம்விஷம், சம்ரணம், மகாநரகம், கோகளம், சஞ்சீவனம், மகாபதம், ஆவித்தியம், அந்தகாமிஸ்ரம், கும்பீபாகம், அசிபத்திரம் முதலான 28 வகை நரகங்கள் மிகக் கொடுமையானவை.

1.பிறர் மனைவி, குழந்தை, பொருள் இவற்றைக் கொள்ளையடிப்போர் அடையும் இடம் — தாமிஸ்ர நரகம். இங்கு எமகிங்கரர்கள் முள்ளாலான கட்டைகளாலும் கதையாலும் அடித்துத் துன்புறுத்துவர்.

2..கணவன் அல்லது மனைவியை வஞ்சித்து வாழ்வோர் கண்களில் இருள் கவிய மூர்ச்சித்து விழும் நரகம் - அந்ததாமிஸ்ரம்.

3. அக்கிரமமாக பிறருடைய குடும்பங்களை அழித்து பலவந்தமாகப் பொருள் பறிக்கும் சுயநலக்காரர்கள் அடையும் நரகம் - ரௌரவம். இங்கு எம கிங்கரர்கள் பாவிகளை சூலத்தில் குத்தி தண்டிப்பார்கள்.

4. ருரு என்ற ஒரு வகைக் கோரமான மான்கள் பாவிகளைச் சூழ்ந்து துன்புறுத்தும் நரகம் - மகா ரௌரவம்.

5. தன் சுவைக்காக பிராணிகளை வதைத்தும், சித்திரவதை செய்தும் புவியில் வாழ்ந்து மரித்தவன் அடையும் நரகம் - கும்பீபாகம். இங்கு எரியும் எண்ணெய்க் கொப்பரையில் பாவிகளைப் போட்டுப் பொறிப்பார்கள்.

6. பெரியோரையும் பெற்றோரையும் பட்டினி போட்டுத் துன்புறுத்தும் வெறியர்கள் அடையும் நரகம் — கால சூத்திரம். இங்குப் பாவிகள் பசி தாகத்தால் துடிதுடிப்பர்.

7. தன் தெய்வத்தை நிந்தித்து தனக்குரிய தர்மங்களை விடுத்த அதர்மிகள் அடையும் நரகம் - அசிபத்ரம். இங்குப் பூதங்களால் துன்புறுத்தப்பட்டு அஞ்சுவர் பாவிகள்.

8. அநியாயமாக பிறரைத் தண்டித்து அகந்தையுடன் அநீதிகளும் கொடுமைகளும் புரிந்த அக்கிரமக்காரர்கள் அடையும் நரகம் — பன்றிமுகம். இங்கு கூர்மையான பற்கள் உள்ள மிருகங்களில் வாயில் சிக்கி அவதிப்படுவர்.

9. சித்திரவதை, துரோகம், கொலை முதலியவற்றைச் செய்த கொடியோர் அடையும் நரகம் — அந்தகூபம். கொடிய மிருகங்கள் பாவிகளைக் கடித்தும் உதைத்தும் துன்புறுத்தும்.

10. தான் மட்டும் உண்டு பிறரைத் துளைக்கும் கிருமிகள் போல பக்தி, நியமம் முதலிய நல்லொழுக்கம் இல்லாமல் வாழ்ந்த பாவிகள் அடையும் நரகம் — கிருமி போஜனம். இங்கு பலவித கிருமிகள் கடித்தும் துளையிட்டும் துன்புறுத்தும்.

11. பிறர் உரிமைகளையும் உடைமைகளையும் தனக்கு இருக்கும் வலிமையால் அபகரித்து பலாத்காரம் செய்யும் பாவிகள் அடையும் நரகம் - அக்னிகுண்டம்.

இங்குப் பாவிகளை ஒரு நீண்ட கம்பில் கட்டி நெருப்பில் வாட்டுவர்.

12. கூடத் தகாத ஆண் அல்லது பெண்ணை கட்டித் தழுவிக் கூடி மகிழும் மோக வெறியர்கள் அடையும் நரகம் – வஜ்ரகண்டகம். இங்குப் பாவிகளை நெருப்பால் செய்யப்பட்ட பொம்மைகளைக் கட்டித் தழுவ வைப்பார்கள்.

13. நன்மை, தீமை, உயர்வு, தாழ்வு இவற்றைப் பாராமல் தரம் கெட்டு எல்லோருடனும் கூடி மகிழும் காமம் கொண்ட பாவிகள் அடையும் நரகம் – சான்மலி. இங்கு முட்செடிகளால் அடித்துத் துன்புறுத்துவர்.

14. அதிகார வெறியாலோ கபடவேடத்தாலோ நயவஞ்சகத்தாலோ, நல்வழிகளைக் கெடுத்து தர்மத்திற்குக் கேடு புரியும் அதர்மிகள் அடையும் நரகம் – வைத்தரணி. இங்கு ரத்தம், மலம், சீழ் நிறைந்த நீர் நிலையில் மூழ்கச் செய்வர்.

15. கூச்சமில்லாமல் இழி மகளிரைக் கூடி ஒழுங்கீனங்களைப் புரிந்து தர்ம வழியை விட்டு ஒரு லட்சியமும் இல்லாமல் மிருகங்களைப் போல் திரியும் கயவர்கள் அடையும் நரகம் – பூயோதம். இங்கு விஷப் பூச்சிகள் கடித்துத் துன்புறுத்தும்.

16. பிராணிகளைத் துன்புறுத்தி கொலை புரியும் கொடுமைக்காரர்கள் அடையும் நரகம் — பிராண ரோதம். இங்குப் பாவிகளின் மேல் கூர்மையான அம்புகளை எய்தித் தாக்குவர்.

17. டம்பத்திற்காக பசுவதை புரிந்து யாகம் முதலியவற்றைச் செய்யும் பித்தலாட்டக்காரர்கள் அடையும் நரகம் – விசஸனம். இங்குப் பாவிகளுக்கு சவுக்கடி கிடைக்கும்.

18. வாழ்க்கை துணைவியை வற்புறுத்தி விபரீத மோக இச்சைக்கு ஆளாக்கி கெடுக்கும் தீயோர் அடையும் நரகம் – லாலாபட்சம். இங்குப் பாவிக்கு அதே விதத்தில் தண்டனை கிடைக்கும்.

19. வீடுகளுக்கு தீ வைப்பது, சூறையாடுவது, ஜீவ வதை புரிவது, விஷமூட்டுவது, கூட்டம் கூட்டமாக

குடிமக்களைக் கொல்வது போன்ற செயல்களைச் செய்த பாவிகள் அடையும் நரகம் — சாரமேயாதனம். இங்கு விசித்திரமான கொடிய மிருகங்கள் பாவிகளைத் துன்புறுத்தும்.

20. பொய் சாட்சி கூறுதல் முதலிய அகம்பாவச் செயல் புரியும் அகம்பாவிகள் அடையும் நரகம் – அவீசி. இங்குப் பாவிகளை நீரில் அமிழ்த்துவார்கள்.

21. எக்குலத்தாராயினும் மது போதைப் பொருட்களை கொடுத்தும் குடித்தும் குடிகெடுக்கும் குடிகேடர்கள் அடையும் நரகம் – பரிபாதனம். இங்குப் பாவிகள் நெருப்புக் குழம்பைக் குடிக்க வேண்டும்.

22. தன்னை மட்டுமே பெரியதாக மதித்துப் பெரியோரையும் நல்லோரையும் அவமதித்து இறுமாப்புடன் தீச் செயல் புரிந்த பாவிகள் அடையும் நரகம் – க்ஷார கர்த்தமம். இங்கு கோர வடிவம் கொண்ட பிசாசுகள் துன்புறுத்தும்.

23. நரமேத யாகம் புரிதல் ஆணாயினும் பெண்ணாயினும் மனித மாமிசம் புசித்தல் சாதுவான பிராணிகளை வதைத்தல் முதலான தீவினை புரிந்தோரை அவர்களால் வதைக்கப்பட்டவர்களே முன்னின்று வதைப்பர். அத்தகைய நரகம் – ராக்ஷோகணம்.

24. எந்தவித தீமையும் புரியாதரை நயவஞ்சகமாகக் கொல்லுதல், தற்கொலை செய்து கொள்ளுதல், நம்பிக்கைத் துரோகம் புரிதல் முதலிய பாவச் செயல்களைப் புரிந்த பாவிகள் அடையும் நரகம் – சூலரோதம். இங்கு கொடிய பறவைகள் கொத்திக் குதறும்.

25. தீமையே புரிந்த துரோகிகள் அடையும் நரகம் – தந்தசூகம். இங்கு விஷத் தேள்கள் கொட்டும்.

26. பிராணிகளைக் கொடூரமாக வதைத்த கொடுமைக்காரர்கள் அடையும் நரகம் – வடாரோதம். இங்குப் பாவிகளை கைகளைக் கட்டி நெருப்பில் வாட்டுவார்கள்.

27. வீட்டுக்கு வந்த விருந்தினரை வெறுத்து நிந்தித்த லோபிகளும் பகிர்ந்துண்ண விரும்பாத சுயநலவாதிகளும்

அடையும் நரகம் - பர்யாவர்த்தனகம். இங்குப் பாவி உண்ண உணவின்றி பசியாலும் தாகத்தாலும் தவிப்பான்.

28. செல்வச் செருக்காலும் செல்வாக்கினாலும் அகந்தை கொண்டு பிறரை துன்புறுத்துபவர்களும் அநீதியாய் பொருள் சம்பாதித்து அதைக் கள்ளத்தனமாக பதுக்கி வைப்பவர்களும் அடையும் நரகம் - சூசிமுகம். இங்கு அழுதாலும் கேட்பாரின்றி பசியால் வருந்துவான் பாவி.

இத்தகைய 28 வகை நரகங்கள் ஒவ்வொரு வகையிலும் ஏராளமானவையாக மிகக் கொடுமையாக இருக்கும். மேலும் கேள்.!

கருடா! எமனுடைய அரண்மனைக்குத் தென் திசையில் பாவம் செய்த பாவிகளை எம கிங்கரர்கள் பற்பல விதமாக இம்சை செய்வார்கள். சில பாவிகளை உலக்கைகளால் நையப் புடைப்பார்கள். சிலரைக் கூரிய கொடிய ஆயுதங்களால் சிதைப்பார்கள். சிலரைச் சூரிகையால் சீவுவார்கள். சிலரைச் செக்கிலிட்டு வதைப்பார்கள். சிலரை இரும்புச் சங்கிலியில் கோத்துப் பெருந்தணலில் வாட்டுவார்கள். இன்னும் சிலரை அக்னிக் குண்டத்தில் வேக வைப்பார்கள்.

வைனதேயா! அங்குச் செப்பினால் செய்யப்பட்ட ஆண் பாவைகளும் பெண் பாவைகளும் அக்னியில் சூடேற்றப்பட்டு தகதகவென்று தகித்துக் கொண்டிருக்கும். பிற பெண்களைக் கூடி மகிழ்ந்த ஜீவர்களை எம தூதர்கள் பார்த்து, "பாவிகளே! தர்மமும் மானமும் பாராமல் பிறர் மனைவியரைப் புணர்ந்த இன்பம் பூவுலகத்தில். இங்கு மாற்றான் பட்ட மனத் துன்பத்தையே இப்போது நீங்கள் அனுபவிக்க வேண்டும். அது இதுவேதான்" என்று அதட்டிச் சொல்லி, நெருப்பெனக் கொதிக்கும் பெண் பொம்மையோடு பாவிகளை ஒன்று சேர்ப்பார்கள். பிற ஆண்களோடு சேர்ந்த மங்கையரை, தகிக்கின்ற ஆண் பதுமையோடு அங்ஙனமே ஒன்று சேர்ப்பார்கள்.

வினதையின் மைந்தனே! ஆண் தன் மனைவியைத் தவிரப் பிற பெண்களைக் கூடிக் கலந்ததற்கும், பெண் தனது கணவனை அன்றி பிற ஆண்களைக் கூடியதற்கும் எமலோகத்தில் விதிக்கப்படும் தண்டனையைப் பார்!

இத்தகைய கொடிய தண்டனை இருப்பினும், ஆண்களிலும் பெண்களிலும் நல்லொழுக்கத்தில் நிற்பவர்களைப் பூவுலகில் காண்பதற்கு அரிதாகி வருகிறது.

எமபுரியில் சில பாவிகளைக் கரும்புகளைக் கரும்பாலையில் சிக்க வைத்துக் கசக்கிச் சாறுப் பிழிவதைப் போல ஆலையில் கொடுத்து வதைப்பார்கள். சிலரை நரகங்களில் தள்ளி அடியாழம் வரையிலும் அழுத்துகிறார்கள். கடன் வாங்கிக் கொண்டு திருப்பிக் கொடுக்காதவர்களை எம கிங்கரர்கள் அழைத்துச் சென்று, “கடன் கொடுத்தவனுக்கு அதைத் திருப்பிக் கொடுப்பதை விட்டு அவனிடம் வன்கண்மை பேசினாயே” என்று நிந்தித்து நையப் புடைப்பார்கள்.

பாவிகள் படுகின்ற துயர்களை விளக்கிச் செல்வதால் என்ன பயன்? எவன் அறநெறியானவன், எவன் அதர்மன், யார் சொர்க்கம் போக வேண்டியவன், யார் நரகம் செல்ல வேண்டியவன் என்பதை அவரவர் ஒழுக்கத்தை கொண்டு அவரவரே உணரலாம்.

தர்மம் செய்தவனே சொர்க்கம் போவான் என்பது நிச்சயம். ஆகையால் யாவரும் தர்ம நெறியிலேயே வாழ்ந்து தர்மம் செய்வதே இகலோக வாழ்வுக்கும் பரலோக வாழ்வுக்கும் நல்லது என்று திருமால் கூறியருளினார்.

கருடா! நான் உனக்குச் சில தர்மங்களைச் சொல்லுகிறேன், கேள்!

கிருத யுகத்தில் மகா தவம் செய்வதே மானுடர்க்கு உத்தமமானது. திரேதா யுகத்தில் தியானம் செய்வது உத்தமம். துவாபுரயுகத்தில் யாகம் செய்வது உத்தமம். கலியுகத்தில் தானம் செய்வது உத்தமம். இல்லறத்தில் இருப்பவனுக்கு எந்த யுகமானாலும் தானம், தர்மம் செய்வதும் விருந்தினரை உபசரிப்பதும், பித்ரு கடன் தீர்ப்பதும் உத்தமமான கடமைகள்.

23. தண்டனை முடிந்த பின் ஜீவனின் நிலை

கருடன் மீண்டும் நாராயணனிடம் ஓர் ஐயத்தை வினவினார்.

லட்சுமி நாராயணா! நரக வேதனை எல்லாம் அனுபவித்து, தண்டனை முடிந்தபின் ஜீவனின் நிலை என்ன?

பகவான் பதிலளித்தார்: வினைப் பயனின் தீவிரத்தை நரகத்தில் அனுபவித்துக் கழித்தபின், வாசனை வடிவ சம்ஸ்காரத்தோடு பூமியில் புழுப் பூச்சிகளாக மீண்டும் பிறப்பு எடுத்து கிரமமாக நீச்ச மானுடனாக மனிதப் பிறவி எடுப்பான்.

கருடன்: பகவானே! நரகத்திற்கு எப்படிப்பட்டவர்கள் வந்து சேர்வார்கள்? எப்படிப்பட்ட அனுபவம் பெறுவார்கள்? எந்தப் பாவத்திற்கு எந்தத் தண்டனை?

பகவான் நாராயணன்: பாவங்கள் செய்து பிராயசித்தம் செய்யாதவர்கள் பயங்கரமான வைத்தரிணி நதியில் அமிழ்த்தி எடுக்கப்படுவர். கோயில் சொத்தை அபகரிப்பவர், பெண்களைத் துன்புறுத்துபவர், குழந்தைகளைத் துன்புறுத்துபவர், கடன் வாங்கி ஏமாற்றுபவர், நன்றி மறந்தவர், விஷம் கொடுத்து பிறரைக் கொன்றவர், பிறருடைய குறைகளை மட்டுமே பார்த்து குணங்களைப் போற்றாமல் இருக்கும் பொறாமை கொண்டவர் போன்றோர் நரகத்தில் விழுந்து துன்புறுவர்.

ஒரு நரகத்திலிருந்து மற்றொரு நரகத்திற்கும், ஒரு துயரத்தில் இருந்து இன்னொரு துயரத்திற்கும், ஓர் அச்சத்தில் இருந்து இன்னொரு அச்சத்திற்கும் யார் செல்வார்கள் என்பதைக் கூறுகிறேன். கேள், கருடா!

செய்யக்கூடாத செயலைச் செய்வதில் விருப்பமுள்ளவர்களும், நற்செயல்களைச் செய்வதில் வெறுப்பு உள்ளவர்களும் ஒரு நரகத்திலிருந்து இன்னொரு நரகத்திற்குச் செல்வார்கள்.

கீழான குணமுள்ளவர்களிடம் அன்பு காட்டுபவர், சத்சங்கத்தை வெறுப்பவர், புண்ணிய தீர்த்தங்களையும் சத்புருஷர்களையும் நற்செயல்களையும் குருமார்களையும் தேவதைகளையும் நிந்திப்பவர், வேதம் புராணம், வேதாந்தம், மீமாம்சம் போன்ற சாஸ்திரங்களை அவமதிப்பவர், பிறரை அழவிட்டு மகிழ்பவர், மகிழ்ச்சியோடு இருப்பவரை அழவிடுபவர், துஷ்ட வார்த்தைகளில் ஆர்வம் கொண்டு பிறரைத் தீய சொற்களால் நிந்திப்பவர், தீய சிந்தனை உடையவர், நல்ல வார்த்தைகளைக் கேட்க விரும்பாதவர், பெற்றோரையும் குருவையும் அவமதிப்பவர், தன்னைத்தானே உயர்வாகப் பேசி பிறரை இகழ்பவர், மனைவியைத் துன்புறுத்துபவர், கணவனைத் துன்புறுத்துபவர் போன்றோர் நரக மார்க்கத்தில் அழுது கொண்டே பயணித்து நரகத்தில் அழுது கொண்டே தண்டனை அனுபவிப்பார்கள்.

இவர்களை எமதூதர்கள் வைத்தரணி நதிக்கு இழுத்துச் சென்று அதில் அமிழ்த்துவார்கள். தானம் அளிப்பதாக வாக்கு கொடுத்து தானம் அளிக்காமல் ஏமாற்றுவது, கொடுப்பதாக கூறியதை விடக் குறைத்துக் கொடுப்பது, தானம் அளித்துவிட்டு வருந்துவது போன்றவற்றால் தான பலன் கிடைக்காததோடு பாவம் செய்த பலன் வந்து சேரும்.

பிறர் செய்யும் தானத்தைக் கெடுப்பவர், பசுமையான மரங்களை வெட்டுபவர், தோட்டங்களை அழிப்பவர், பிறர் நிலத்தை அபகரிப்பவர், கணவனை மறந்து வேறொருவனை மனதால் நினைக்கும் பெண்கள், கோதானம் செய்யாதவர், ஈமச் சடங்குகள் நடக்காதவர் போன்றவர்களால் வைத்தரிணி நதியைத் தாண்ட முடியாது.

குளம், கிணறுகளை அழிப்பவர், பாதைகளை அசிங்கப்படுத்துபவர், தீனர்களிடம் இரக்கம் காட்டாதவர், தவறு செய்யாதவர்களைத் தண்டிப்பவர், வீடு, ஆலயங்களை அழித்து நாசம் செய்பவர் ஆகியோரை அக்னிக் குண்டத்தில் போடுவர். பாவிகள் சூடு வெப்பம் தாங்காமல் 'உஷ்ணம்! உஷ்ணம்' என்று கதறுவர். தூதர்கள், 'அப்படியா? வா, இந்த மரநிழலில் அமர்' என்று சொல்வார்கள். மரத்தின் கீழே உள்ள இலைகள் கூர்மையான கத்தி போல் குத்தி வருத்தும். தாகம் என்று தவிப்பவர்களுக்கு தளதளவென்று கொதிக்கும் எண்ணெய்யை வாயில் ஊற்றுவர்.

ஊன்றிய விதை முளைக்காமல் போனாலும் போகலாம். செய்த வினையின் பயனை மட்டும் அனுபவித்தே தீர வேண்டும்.

24. செய்த பாவமும் மறு பிறவியும்

கருடன் மேலும் ஐயங்களைக் கேட்டார்.

‘பகவானே! எந்தப் பாவம் செய்தால் எந்தப் பிறவி ஏற்படும்? அது எந்தப் பாவத்தால் வந்த பிறவி என்று அப்படி அடையாளம் காண்பது?’ என்று கேட்ட கருடனுக்கு நாராயணன் விவரிக்கிறார்:

பசு மாட்டைக் கொன்றவர் மறு பிறவியில் குள்ளராகவும், கன்னிப் பெண்ணைக் கொன்றவர் குஷ்ட நோயாளியாகவும், ஒரே கோத்திரத்தைச் சேர்ந்தவரோடு உடலுறவு கொண்டவர் மூன்றாம் பாலினத்தவராகவும், புத்தகங்களைத் திருடியவர் குருடராகவும் பிறப்பர். அதோடு செய்த பாவங்களுக்குத் தகுந்த தண்டனைகளை நரகலோகத்தில் அனுபவிப்பர்.

வீட்டுத் தலைவன் மரணமடைந்து மயானத்திற்கு எடுத்துச் செல்லும் முன், மனைவி மக்கள் உறவினர் எல்லோரும் அழுது கொண்டிருக்கையில், வீட்டிற்குள் புகுந்து பொருட்களைத் திருடுபவர் ரௌரவம் போன்ற பயங்கரமான நரகங்களில் பல்லாயிரம் ஆண்டு காலம் கிடந்து உழல்வர்.

பிராமணரின் செல்வத்தைத் திருடியவரின் பாவத்தைத் தொலைப்பதற்கு மூன்று உலகங்களில் யாராலும் இயலாது. பிரளய காலம் வரை நரக லோகத்திலேயே உழல்வர்.

மாமிசம் தின்னாத குடும்பத்தில் பிறந்தவர், மாமிசம் தின்றால் அதிசாரம் என்ற நோயும், பல் நோயும் வரும். சுவையான பதார்த்தங்களைப் பிறருக்குப் பகிராமல் தானே தின்பவருக்கு தொண்டையில் புண் வரும். தின்னக் கூடாததைத் தின்றால் மகோதர நோயும் சிராத்தத்தில் அசுத்த பதார்த்தத்தைக் கலந்தால், சித்திரகுஷ்ட வியாதியும் வரும். அகந்தையோடு குருவை அவமதிப்பவருக்கு அபஸ்மார ரோகமும், வேத சாஸ்திரங்களை நிந்தித்தவருக்குப் பாண்டுரோகம் என்னும் வெண் குஷ்ட வியாதியும் ஏற்படும்.

அன்னத்தைத் திருடுபவர் எலியாகப் பிறப்பார். தானியத்தை அபகரிப்பவர் வெட்டுக்கிளியாகப் பிறப்பார். வழிப்பறித் திருடரும், வேட்டையாடுபவரும் கசாப்புக் கடைக்காரர் வீட்டில் ஆடாகப் பிறப்பர்.

தற்கொலை செய்து கொள்பவர் பேயாக அலைந்து இறுதியில் பாம்பாகப் பிறப்பார். விபத்தில் இறப்பவருக்கு தனிப்பட்ட சிராத்தங்கள் செய்தால்தான் நற்கதி கிடைக்கும். இல்லாவிட்டால் பேயாக அலைவார்.

உபநயனம் போன்ற சம்ஸ்காரம் ஆனவர் தின்னக் கூடாததைத் தின்றால் காட்டில் புலியாகப் பிறப்பார். காயத்ரி ஜபமும் சந்தியாவந்தனமும் செய்யாதவர், கொக்கு போன்ற வீணான பறவையாகப் பிறப்பார். யக்யம் செய்யும் தகுதி உள்ளவர் செய்யாவிட்டால் பன்றியாகப் பிறப்பார். குருவிடம் சண்டை இடுபவர் காட்டில் பிரம்ம ராட்சசியாக அலைவார். வேதம், புராணம் போதிக்கும் அறிஞர்களை உலகியலாக நிந்திப்பவரும் பிரம்மராட்சசியாக மாறுவார். நண்பனுக்குத் துரோகம் செய்பவர் மலைகளில் பருந்தாகப் பிறப்பார். வஞ்சகர்கள் ஆந்தையாகப் பிறப்பர். பிறர் நிலத்தைத் திருடுபவர் ஆறாயிரம் ஆண்டுகள் மலத்தில் உள்ளப் புழுவாகப் பிறப்பார்.

பக்தி சிரத்தையோடு செய்யும் தான தர்மங்கள் சிறிதாயினும் மேருபர்வதம் போல் சிறந்ததாகும். நியாயமாக சம்பாதித்த செல்வத்தைக் கொண்டு மட்டுமே தான தர்மங்கள் செய்ய வேண்டும்.

25. பாவிகள் எடுக்கும் மனிதப் பிறவிகள் எப்படிப்பட்டவை?

'பகவானே! மீண்டும் மனிதப் பிறவி எடுக்கும் பாவிகள் எவ்விதம் இருப்பார்கள்?' என்ற கருடனின் கேள்விக்கு நாராயணன் பதில் அளிக்கிறார்.

பாவமும் புண்ணியமும் கலந்து செய்பவர்கள் மனிதனாகப் பிறப்பார்கள். பாவம் மட்டுமே செய்தவர் புழு, பூச்சி, விலங்குகளாகப் பிறப்பார். புண்ணியம் மட்டுமே செய்தவர் தேவதைகளாகப் பிறப்பார். வசு, ருத்ரர், ஆதித்தியர் போன்றவர்கள் தேவகணங்கள் எனப்படுவர். புண்ணியம் செய்ததால் தேவலோகம் செல்பவர்களுக்குக் கர்மத் தேவதைகள் என்று பெயர்.

அடுத்ததாக பிண்டோத்பத்திப் பிரகரணத்தில் சிசு எப்படி உற்பத்தியாகிறது என்று விவரிக்கிறார் நாராயணன்.

உணவின் வழியே ஆணின் உடலில் பிரவேசித்து ஆணிடமிருந்து பெண்ணுக்குச் சென்று உடலாக மாறுவான் ஜீவன். பெண் மாதவிலக்காக இருக்கும் போது ஆணும் பெண்ணும் சேர்ந்தால் பிறக்கும் குழந்தை கட்டாயம் பாவியாக மாறுவான்.

இந்த இடத்தில் விஸ்வரூபனின் கதையை விவரிக்கிறார் நாராயணன்.

மாத விலக்கின்போது ஆண் பெண் சேர்ந்தால் பாவிகள் பிறப்பார்கள். அந்தப் பெண்ணை (நரகாதக

மாதா) பாவிகளின் தாய் என்று மகாவிஷ்ணு எச்சரிக்கிறார் என்று சௌனகாதி முனிவர்களுக்கு எடுத்துரைத்தார் சூத முனிவர்.

பாவிகள் இறந்தபின், பூச்சிகளாகப் பிறந்து கிரமமாக மனிதப் பிறவியில் நீச்சப் பிறவியை எடுப்பார்கள். ஒருமுறை மனிதப் பிறவி வீணாகி விட்டால் மீண்டும் கிடைப்பதற்குப் பல பிறவிகள் கழியும்.

26. விஸ்வரூபனின் கதை

விஸ்வரூபனின் கதையை மகாவிஷ்ணு கருடனுக்கு விவரிக்கிறார்.

உலகைப் பாதுகாப்பதற்காக இந்திரன் விஸ்வரூபனை வதைத்த பின் பிரம்மஹத்தி பாவம் இந்திரனைச் சூழ்ந்தது. தேவ லோகத்தை ஆளும் தகுதியை இந்திரன் இழந்தான். அந்தப் பாவத்தை பூமி, விருட்சம், ஜலம், பெண் என்ற நான்கு பேரும் பகிர்ந்து கொண்டு இந்திரனுக்கு தேவ லோகத்தை ஆளும் தகுதியைப் பெற்றுக் கொடுத்தனர். ஏனென்றால் இந்திரன் உலக நன்மைக்காகவே விஸ்வரூபனை வதைத்தான். இந்த நால்வருக்கும் அந்தப் பாவம் எந்த வடிவில் வந்து சேர்ந்தது எனில், பூமியில் தரிசு நிலமாகவும், மரத்தில் பிசினாகவும், நீரில் நுரையாகவும், பெண்ணிடம் நான்கு நாட்கள் தீட்டாகவும் வெளிப்படுகிறது. இந்திரனைக் காப்பாற்றியதன் காரணமாக இயற்கை வடிவில் இந்த நால்வருக்கும் சில தனிச்சிறப்புகளை இந்திரன் வழங்கினான்.

27. தாம்பத்திய உறவும் குழந்தைப் பிறப்பும்

'பெண் மாதவிலக்கான நான்கு நாட்களும் தனித்து இருக்க வேண்டும். ஐந்தாம் நாள் பாயசம் போன்ற இனிப்பான உணவுகளை உட்கொண்டு காரமான உணவுகளைத் தவிர்க்க வேண்டும். கணவன் மனைவி இருவரும் சந்தனம், மலர் தாம்பூலம் ஏற்று, மனம் ஒருமித்து, ஒருவர் மீது ஒருவர் மோகத்தோடு தாம்பத்திய உறவு கொள்ள வேண்டும். அப்போது அப்பெண் வயிற்றில் கருத்தரிப்பதற்கு ஏதுவான சூழல் உருவாகும். ஆணின் சுக்கிலம் அதிகமாக இருப்பின் ஆண் குழந்தையும், பெண்ணின் சுரோணிதம் அதிகமாக இருப்பின் பெண் குழந்தையும், இரண்டும் சமமாக இருந்தால் மூன்றாம் பாலினமும் பிறக்கும். அவ்வாறு தம்பதியர் ஒன்று சேர்ந்த ஐந்தாம் நாள் கருவறையில் ஒரு குமிழி உண்டாகும். அதில் பதினைந்து நாட்களில் தசை வளர ஆரம்பிக்கும். இருபத்தைந்தாம் நாள் மேலும் வளர்ச்சி அடையும். ஒரு மாதத்தில் கருவோடு பஞ்சபூதங்கள் ஒன்றிணையும். இரண்டாம் மாதத்தில் அதற்குத் தோல் வளரும். மூன்றாம் மாதத்தில் நரம்புகளும், நான்காம் மாதம் மயிரும், உரோமமும் உண்டாகும். ஐந்தாம் மாதம் காது, மூக்கு, மார்பு தோன்றும். ஆறாம் மாதம் கழுத்து, தலை, பற்கள் உண்டாகும். ஏழாம் மாதம் பாலுறுப்பு ஏற்படும். எட்டாம் மாதத்தில் அனைத்து அவயங்களும் வளர்ந்து அவ்வுடலில் உயிர் உண்டாகிறது. ஒன்பதாம் மாதம் ஜீவன் சுழுமுனை என்னும் நாடியின் மூலம்

முற்பிறவி ஆசைகளை எண்ணித் தன் புதிய பிறவியை நினைத்துக் கொண்டே பத்தாம் மாதத்தில் பிறக்கிறான். இவ்வாறு இல்லற வாழ்க்கையில் ஏற்படும் தாம்பத்திய உறவின் காரணமாக குழந்தை உற்பத்தி ஏற்படுகிறது' என்று விவரித்த நாராயணனிடம் கருடன் மேலும் ஓர் ஐயம் எழுப்புகிறார்.

"லக்ஷ்மி நாராயணா! ஒரு மனித உயிர் உருவாகி அனைத்து உறுப்புகளும் ஏற்படும் மனிதப் பிறவி மாயாஜாலமாக தோன்றுகிறது. எனவே இந்தத் தேகம் எவ்வாறு உண்டாகிறது?" என்று கருடன் கேட்டார்.

கஸ்யபரின் புதல்வனே! என்றழைத்து, பகவான் இவ்வாறு விவரித்துக் கூறினார்:

'கருப்பையில் ஏற்பட்ட கருவோடு ஒரு மாதத்தில் பஞ்சபூதங்கள் சேர்ந்தவுடன் ஜீவன், பஞ்சேந்திரியங்களை பெற்று தசவித நாடிகளால் அலங்கரிக்கப்படுகிறான். பிராண, அபான, வியான, உதான, சமான வாயுக்களோடு நாக, கூர்ம, கிருக, தேவதத்த, தனஞ்செய என்னும் ஐந்து வாயுக்கள் சேர்ந்து மொத்தம் பத்து வித வாயுக்கள் உடலில் சேருகின்றன. மேலும் ஜீவனின் உடலில் சுக்கிலம், எலும்பு, நீர், ரோமம், ரத்தம், தசை என்னும் ஆறு கோசங்களும் அமையப் பெறுகின்றன. மேலும் பிருத்வி என்னும் நிலத்தின் தன்மையால் பருஉடலில் தோல், எலும்பு, ரோமம், மாமிசம், நகம் ஆகியவை உருவாகின்றன. பஞ்சபூதங்களில் ஒன்றான நீரினால் உமிழ்நீர், சிறுநீர், சுக்கிலம், ஊன் நீர், புண்ணீர் ஆகியவை ஏற்படுகின்றன. அக்னியின் குணத்தால் பசி, தாகம், உறக்கம், சோம்பல், காதல் முதலான தன்மைகள் வளரப் பெறுகின்றன. காற்றின் குணத்தால் இச்சை, கோபம், நாணம், வலிமை, மோகம் மற்றும் பலவித இயக்கங்கள் உருவாகின்றன. பஞ்சபூதங்களில் ஒன்றான ஒலியால் எண்ணம், கம்பீரம் காதால் கேட்பது ஆகியவை உருவாகின்றன.

மனித உடல் முழுவதும் ஒன்றரை கோடிக்கும் அதிகமான ரோமங்கள் இருக்கும். முப்பத்து இரண்டு பற்கள், இருபது நகங்கள், இருபத்தேழு கோடி கூந்தல் முடிகள், ஆயிரம் பலம் எடை கொண்ட இறைச்சி, நூறு பலம் எடை கொண்ட ரத்தம், பத்து பலம் மேதஸ், பன்னிரண்டு

பலம் தொக்கு, மூன்று பலம் முக்கிய ரத்தம், கப்பம், மலம், மூத்திரம் ஆகியவை சேர்ந்ததே உடல்.

அண்டத்தில் உள்ள அனைத்தும் பிண்டத்தில் உள்ளது. பிண்டத்தில் உள்ளது அனைத்தும் மனித உடலில் உள்ளது. உள்ளங்கால் அதல லோகம், கணுக்கால் விதல லோகம், முழங்கால் சுதலம், அதற்கு மேற்பகுதி நிதலம், தொடை தராதலம், மர்ம அவயவம் ரசாதலம், இடை பாதாளம், நாபி பூலோகம், இதயம் சொர்க்கலோகம், தோள் மகாலோகம், முகம் ஜன லோகம், நெற்றி தவலோகம் மற்றும் தலை சத்தியலோகம். இவ்வாறு உடற்கூறுகளில் அனைத்து உலகங்களும் உள்ளன. அண்டாண்டத்தில் உள்ளதெல்லாம் பிண்டாண்டத்தில் உள்ளது.

கருவில் உயிர் உண்டாகும் போதே அதற்கு ஆயுட்காலம் எவ்வளவு என்றும், அதன் கல்வி, கலைகளின் தீர்மானமும், கோபம், மோகம், யோகம் எப்படி அமையும், மரணம் எவ்வாறு ஏற்படும் என்றும் பூர்வ ஜென்ம வினைப் பயனுக்கு ஏற்ப பிரம்மன் விதித்து விடுகிறான். எனவே இனி பிறப்பு இறப்பு இல்லாத நிலை எய்துவதற்கு ஏதுவாக ஜீவன் நற்பணிகள் புரிய வேண்டும்.

முற்பிறவி கர்மத்துக்கு ஏற்பவே, வினைப் பயன் தற்பிறவியில் ஏற்படுகிறது. இதில் எள்ளளவும் ஐயமில்லை' என்று பகவான் கருடனுக்கு விளக்கினார்.

கருவில் வளரும் சிசுவிற்கு முற்பிறவி ஞானம் எவ்வாறு ஏற்படும் என்று கருடன் வினவினார்.

28. கர்ப்பத்தில் இருக்கும் சிசுவுக்கு முற்பிறவி ஞானம்

'பிண்டோத்பத்தி பிரகரணம்' என்ற பகுதியில் கர்ப்பத்தில் உருவாகும் சிசுவுக்கு ஏற்படும் ஞானம் பற்றி நாராயணன் விவரிக்கிறார்.

பெண்ணின் கர்ப்பத்தில் உருவான ஜீவன் அனுபவிக்கும் துயரங்கள் மிக அதிகம். பெண்ணின் கர்ப்பப்பையில் உண்டாகும் வெப்பம், நாற்றம், அழுக்குகள் இவற்றின் இடையில் கிடந்து துயருறுவான் ஜீவன். சிசுவுக்கு மென்மையான உடல் ஏற்பட்ட பின் ஏழாம் மாதம் முதல் உடலை அசைக்க இயலாமல் கூண்டுக்கிளி போல் அடைந்து கிடப்பான். அவனுக்கு அது மகா வேதனையைக் கொடுக்கும். அப்போது ஜீவனுக்கு முற்பிறவிகளின் நினைவு வரும். கர்ப்பப்பையில் ஜீவன் முடங்கியிருக்கும் அந்த ஆசன முத்திரையில் ஏழாவது, எட்டாவது மாத கர்ப்பக்காலத்தின் மத்தியில் இந்த நினைவு வரும். அது அந்த ஆசன ஸ்திதியால் ஏற்படும் நினைவு. சிசு, தான் அதற்கு முன் எடுத்த பிறவிகளில் செய்த செயல்களை நினைவு கூர்ந்து, நடுங்கிப் பெருமூச்சு விடுவான். 'இந்த இருண்ட கர்ப்பப்பையில் ரத்தம், மூத்திரம், மாமசம், மலம் இவற்றில் கிடந்து உழலும் நான் ஒரு புழுவைப் போலவே உள்ளேன் என்று வருந்துவான். இனி, இந்தப் பிறவியில் கவனமாக இருப்பேன். இனி பிறவியே இல்லாதவாறு உய்வடையும் முயற்சி செய்வேன். இந்த முறை மனிதப் பிறவியை

வீணடிக்க மாட்டேன். ஸ்ரீஹரியைச் சரணடைவேன்' என்று தீர்மானிப்பான்.

'இதுவரை எடுத்த பிறவிகளில் விஷ்ணுவின் மாயையில் விழுந்து, என் உடலையே நான் என்றும், என்னுடைய மனைவி, பிள்ளைகளே உலகம் என்றும் எண்ணி மோகத்தில் விழுந்து தவறு செய்தேன். பிறப்பு, இறப்பு என்ற சம்சார வளையத்தில் சுழன்றேன். பாவம் என்று தெரிந்தாலும் விட்டு விட இயலவில்லை. புண்ணியம் என்று தெரிந்தாலும் பின்பற்ற இயலவில்லை. இந்த முறை கர்ப்பத்திலிருந்து வெளிவந்த பின் தவறாமல் ஹரி சிந்தனை செய்வேன். வேண்டாம், வேண்டாம், வெளியில் வந்து எதற்காகத் துயருற வேண்டும்? எனக்குப் பிறவி எடுக்கும் விருப்பமில்லை. இங்கேயே இறந்து விட்டால் மேல்' என்று கூட எண்ணுவான்.

ஜடராக்னி தகிக்கையில் கர்ப்பத்தில் இருக்கும் சிசுவின் சிந்தனை இவ்விதம் இருக்கும். ஆனால் ஒன்பது மாதங்கள் முடிந்த பின் சிசுவால் கர்ப்பத்தில் இருக்க முடியாது. தாயாலும் பிள்ளைப் பெறாமல் இருக்க முடியாது. ஜீவன் பெண்ணின் கர்ப்பத்தில் விழுந்து உடலாக உருவாகுவதற்குக் காரணமான இறை சக்தியே கர்ப்பத்திலிருந்து சிசுவை வெளியேற்றி உந்தித் தள்ளும். உள்ளே இருக்கும் 'பிரசவ வாயுக்கள்' சிசுவை வெளியேற்றும்.

கர்ப்பத்தில் இருந்து வெளிவந்த உடனே, அதற்குமுன் கர்ப்பத்தில் இருந்த ஆசனநிலை மாறி விடுவதால் அங்கு ஏற்பட்ட முன் ஜென்ம ஞாபகம் உடனடியாக மறந்து போகும். நான், என்னுடையது என்ற மோகம் ஜீவனைப் பிடித்துக் கொள்ளும்.

இந்த இடத்தில் நாராயணன் புன்னகையோடு கருடனிடம் இவ்வாறு கூறுகிறார்: ஒவ்வொரு மனிதனுக்கும் கர்ப்பம், மயானம், புராணம், நோய் என்று நான்கு நிலைகளில் புத்தியில் சிறியதொரு வைராக்கியம் தோன்றும். ஆனால் அது தற்காலிகமானது. அந்த அறிவு மட்டும் விவேகத்தோடு கூட நிரந்தரமாக இருந்து விட்டால் மனிதன் மோட்சம் பெறுவதை யாரால் தடுக்க முடியும்? இவையே பிரசவ வைராக்கியம், மயான வைராக்கியம், புராண வைராக்கியம், நோய் வைராக்கியம் என்பவை.

கர்ப்பக்கால வைராக்கியம் என்றால் கர்ப்பத்தில் இருக்கும் சிசுவுக்குப் பிறப்பதற்கு முன் தோன்றும் வைராக்கியம். வியாதி வரும்போதுதான் தெரியும் உடலின் உதவியற்ற நிலை. அதுவே வியாதி வைராக்கியம். மயானத்துக்குச் சென்று உறவினரைத் தகனம் செய்து வருபவருக்கு வாழ்வின் நிலையாமை புரியும். அப்போது தோன்றுவதே மயான வைராக்கியம். புராணக் கதைகளைச் சிரத்தையோடு கேட்பவருக்கு சில சமயம் புராண வைராக்கியம் தோன்றும். அதுவும் உடனே கலைந்து போகும்.

விஷ்ணு மேலும் விவரிக்கிறார்: உலகில் பிறப்பெடுத்த சிசு, சுயமாக எதுவும் செய்ய இயலாத நிலையில் இருப்பான். அழுவது மட்டுமே அவனுக்குத் தெரியும். பசித்தால் அழுவான். வலி ஏற்பட்டால் அழுவான். கனவு கண்டு அழுவான். எறும்பு கடித்தால் அழுவான். எழுந்து கொள்ளவும் முடியாது. பேசவும் தெரியாது. மலமும், மூத்திரமும் இருந்த இடத்திலேயே கழிப்பான். பால்ய வயதிற்கு வளர்ந்தபோது அறியாமை ஜீவனுக்கு மேலோங்கி நிற்கும். விளையாட்டு ஒன்று மட்டுமே வாழ்க்கையாக இருக்கும், யௌவனத்தில் உலகியல் விஷயங்கள் மேல் ஆர்வமும், முதிய வயதில் குடும்பத்தைப் பற்றிய கவலையும் முக்கியத்துவம் பெறும்.

கருடா! இந்த எச்சரிக்கை மிக அவசியம். பெறுதற்கரிய மானுடப் பிறவியை மயானத்தில் சாம்பல் ஆவதற்குத் தவிர வேறெதற்கும் பயன்படுத்துவதில்லை ஜீவன் என்று பிண்டோத்பத்தி பிரகரணத்தில் நாராயணன் பாவிகளின் வாழ்க்கைச் சித்திரத்தை விவரிக்கிறார்.

மரணத்திற்குப் பின் ஜீவனுக்குச் சரியாக கர்ம காண்டம் நடக்காவிட்டால் நற்கதி கிடைக்காது. அதனால் மரணத்திற்குப் பின் தனக்குத் தேவையான புண்ணியத்தை உயிரோடு இருக்கும்போதே மானுடன் செய்து கொள்ள வேண்டும்.

பிரத்யக்ஷமாகவோ, அனுமானத்தாலோ அறிய முடியாதவை மரணத்திற்குப் பின்னர் ஜீவனுக்கு நிகழும் செயல்கள். நான் முன்பே கூறியது போல் இவற்றைச் சிரத்தையால் மட்டுமே அறிய முடியும். சிரத்தை என்பது சாஸ்திர வாக்கியங்களின் மேல் கொள்ளும் நம்பிக்கை.

29. மானுடன் என்ன செய்ய வேண்டும்?

பகவானே! அதற்காக மானுடன் என்ன செய்ய வேண்டும் என்று கேட்ட கருடனிடம், பகவான் கருணையோடு எடுத்துரைக்கிறார்.

'உடலே சாஸ்வதம்' என்று எண்ணித் திரிந்த மனிதன் மரணித்த பின் உடல் சாம்பல் ஆகிறது. இறைவனை மறந்து யாருக்காக ஜீவன் வாழ்நாள் முழுவதும் உலகியலில் உழன்றானோ அவர்கள் அனைவரையும் விட்டுவிட்டுத் தனியாக இறுதிப் பயணம் தொடங்குகிறான். அவனோடு உடன் வருவது அவன் செய்த பாவமும் புண்ணியமும் மட்டுமே. எதைச் சேர்த்தால் உடன் எடுத்துச் செல்ல முடியுமோ அதற்காகப் பாடுபட வேண்டும். புண்ணியப் பலனைச் சேமித்துக் கொள்ள வேண்டும்.

கர்மா நடக்காதவனுக்கு நற்கதி கிடைக்காது. இறுதிக் கிரியைகள் நடந்தால்தான் கிரமமாக ஜீவனுக்கு நல்ல கதி அடையும் வாய்ப்பு கிட்டும்.

'பகவானே! அதற்காக ஜீவன் என்ன செய்ய வேண்டும்?' என்று கேட்டார் கருடன்.

நல்ல புதல்வர்களைப் பெறவேண்டும். ஹரிவம்சக் கதைகளைக் கேட்டு, சிவ பூஜை, சண்டி ஹோமம் போன்ற வழிபாடுகள் செய்து, புதல்வன் பிறக்கும்படி பிரார்த்தனை செய்ய வேண்டும். புதல்வனின் சிறப்பு, வேதங்களில் கூறப்பட்டுள்ளது. புதல்வனின் முகத்தைப் பார்த்தவுடனே தந்தைக்குப் பித்ரு

ருணம் தீர்த்து விடும். பேரனின் முகத்தைப் பார்த்தவுடன் தேவ ருணம், பித்ரு ருணம், ரிஷி ருணம் மூன்றிலிருந்தும் விமுக்தி கிட்டும். எத்தனைப் புண்ணியச் செயல்கள் செய்திருந்தாலும் மரணம் அடைந்த பின் புத்திரன் இறுதிக் கிரியைகள் செய்யாவிட்டால் நற்கதி கிடைப்பது எளிதல்ல. புதல்வன், பேரன், கொள்ளுப் பேரன் என மூவரும் இருந்தால் பயங்கரமான நரகத்தைத் தாண்டி சொர்க்கத்தை எளிதில் அடையலாம். திருமணத்தில் கைப்பிடித்த கன்னிப் பெண்ணிற்குப் பிறக்கும் புதல்வன் சொர்க்கம் போன்ற புண்ணிய உலகங்களைப் பெற்றுத் தருவான். திருமணம் ஆகாத கன்னிப் பெண்ணுக்குப் பிறக்கும் புதல்வன் நரகத்திற்கு வழி வகுப்பான்.

கருடா! எடுத்துக்காட்டாக பப்ருவாகனன் கதையைச் சொல்கிறேன், கேள்!

30. பப்ருவாகனனும் பிரேதமும்

திரேதா யுகத்தில் பப்ருவாகனன் என்ற அரசன் இருந்தான். பப்ரு என்றால் ரிஷபம். ரிஷப வாகனனான சிவபிரானின் பெயரைக் கொண்ட பப்ருவாகனன் தர்ம நிஷ்டையோடு உத்தமனாக அரசாண்டான். சிறந்த பலவானாக விளங்கினான். யக்ஞமும் தானமும் செய்து வேதம், தர்மம், சாதுக்கள், தார்மீகர்கள் அனைவரையும் பாதுகாத்து, செல்வச் செழிப்பான ஆட்சியை அளித்தான். தயையும் சீலமும் நிறைந்தவனாக இருந்தான். க்ஷத்திரிய தர்மத்தின்படி நல்லவர்களைக் காத்து, தீயவர்களைத் தண்டித்தான்.

அதில் ஒரு பகுதியாக குரூர விலங்குகளைக் கொன்று நாட்டு மக்களைப் பாதுகாப்பதற்காக வேட்டையாடச் சென்றான். தீரச் செயல்களுக்காக வேட்டைக்குச் செல்லவில்லை. ஒருநாள் எதிர்பாராமல் வனத்தில் தனித்து விடப்பட்டான். தாகம் எடுத்தது. சற்று தொலைவில் ஒரு நீர்நிலை தென்பட்டது. அங்குச் சென்று தண்ணீர் அருந்தி ஒரு மரநிழலில் ஓய்வெடுத்தான்.

“ராஜா!” என்ற யாரோ அழைப்பது கேட்டது. அங்கு அரசனின் எதிரில் ஓர் உருவம் வந்து நின்றது.

பயங்கரமான தோற்றத்தில் இருந்த அந்த உருவத்தைப் பார்த்து வியப்படைந்தான் அரசன்.

“நீ யார்?” என்று கேள்வி எழுப்பினான்.

“நான் ஒரு பிரேதம்” என்ற பதிலைக் கேட்டு சற்று அச்சம் அடைந்தான்.

“கருமையாக பயங்கரமாக உள்ளாயே! எந்த வினைப்பயனால் உனக்கு இந்த நிலை ஏற்பட்டது?” என்று வினவினான் அரசன்.

“நான் விதிசா என்ற நகரத்தில் வாழ்ந்த வியாபாரி. என் பெயர் சுதேவன். உயிரோடு இருந்த காலத்தில் தேவ யக்யம், பித்ரு யக்யம் எல்லாம் சரிவரச் செய்தேன். தானங்கள் அளித்தேன். அந்தணர்களுக்குச் சமாராதனை விருந்தளித்தேன். தீனர்களுக்கும் உதவியற்றவர்களுக்கும் ஆதரவளித்தேன். ஆனால் மரணத்தின் பின் எனக்கு நற்கதி கிடைக்கவில்லை. ஏனென்றால் எனக்கு இறுதிச் சடங்கு சரிவர நடைபெறவில்லை” என்று கூறி வருந்தினான்.

இந்த விவரத்தைக் கூறிய நாராயணன், கருடா! ‘மனிதப் பிறவிக்கு மட்டும் மரணத்திற்குப் பின் ஈமச் சடங்குகள் கட்டாயம் நடக்க வேண்டும். மீதி ஜீவராசிகளுக்குத் தேவையில்லை. ஏனென்றால் அவை அனுபவப் பிறவிகள். மனிதன் மட்டுமே கர்மப் பிறவி. மீதியுள்ள ஜீவராசிகள் பாவத்தையும் புண்ணியத்தையும் அனுபவித்துவிட்டு மரணம் அடையும். மனிதனுக்கும் பாவ புண்ணியங்களின் பிராரப்த அனுபவம் இருந்தாலும் அவற்றைத் திருத்திக் கொண்டு உய்வடைவதற்கு வாய்ப்பான புத்தி இறைவனால் கொடுக்கப்பட்டுள்ளது. மனதில் விவேகப் புத்தி உள்ளவன் என்பதால் மனிதன் எனப்படுகிறான்’.

பிரேதம் வருத்தத்தோடு பப்ருவாகனனிடம் முறையிட்டான், “எனக்குச் சந்ததி இல்லை. உறவினர், நண்பர் யாரும் இறுதிச் சடங்கைச் சரியாக நடத்தவில்லை. உடல் விழுந்தவுடன் நடக்க வேண்டிய பதினாறு வித கர்மாக்களும் நடக்கவில்லை. அதன் பின் எத்தனை சிராத்தம் செய்தாலும் பிரேத நிலையில் இருந்து மீள முடியாதல்லவா? நீண்ட நெடுங்காலமாக இதே பிரேத அவஸ்தையில் அலைகிறேன். ராஜா! நீ எனக்கு அந்திமக் கிரியைகள் செய்வாயா?” என்று கெஞ்சினான் பிரேதம். “இது ஒன்று மட்டும் நீ செய்தாய் என்றால் எனக்கு இந்தப் பிரேத நிலை போய்விடும். உயிரோடு இருக்கும்போது நான் செய்த புண்ணியப் பலனால் நல்ல நிலை எய்துவேன். ராஜ்யத்தில் உள்ள அனைத்து உயிர்களுக்கும்

அரசனே தந்தையும் உறவும். அதனால் எனக்கும் நீ தான் உறவு. தயவுசெய்து எனக்குக் கர்மா செய்வாயாக! எனக்குப் பிரேத நிலையிலிருந்து விடுதலை கிடைக்க வழி செய்வாயாக! ராஜனே! நீ எனக்கு இலவசமாகச் செய்ய வேண்டாம். என்னிடம் ஓர் அபூர்வமான மணி உள்ளது. அதனை உனக்கு அளிக்கிறேன். ஏனென்றால் யாரிடமிருந்தும் இலவசமாக உதவி பெறுவது தவறு" என்று இறைஞ்சினான் பிரேத வடிவில் இருந்த சுவேதன்.

"நான் உனக்கு எவ்வாறு உதவ முடியும்?" என்று வினவிய அரசனிடம்,

"என் பிரேத நிலையில் இருந்து விமுக்தி பெறும் வழி என்ன, என்ன செய்ய வேண்டும், எப்படிச் செய்ய வேண்டும் என்பது பற்றி எல்லாம் விவரமாகக் கூறுகிறேன். அரசே! அது ஒன்றும் சிரமமான காரியம் அல்ல. 'நாராயணப் பலி' என்ற கிரியை எனக்காக நீ ஆற்ற வேண்டும். அதனை நீ சரிவர நடத்திவிட்டால் அதுவே எனக்கு இறுதிக் கிரியையாகி என் பிரேத நிலையை விடுவித்து விடும். நான் உயிரோடு இருந்தபோது படித்த மற்றும் செவிமடுத்த சாத்திரங்கள் மூலம் இவற்றை அறிந்தேன். நல்ல சாஸ்திரங்களை சிரவணம் செய்தல், விஷ்ணு பூஜை, சத்சங்கம் இந்த மூன்றும் பிரேத நிலையைப் போக்கும்."

"விஷ்ணு பூஜையை எவ்வாறு செய்ய வேண்டும்?" என்று அரசன் கேட்டான்.

"தங்கத்தால் ஆன நாராயணப் பிரதிமையைத் தயார் செய்து வஸ்திரம் அணிவித்து அலங்காரம் செய்து நீரால் அபிஷேகம் செய்து சிம்மாசனத்தில் அமர்த்தி பூஜை செய்ய வேண்டும். நாராயணனின் பொற்சிலைக்கு நான்கு புறங்களிலும் ஸ்ரீதரன், மதுசூதனன், வாமனன், கதாதரன், பிதாமகன், மகேஸ்வரன் சிலைகளை அமர்த்தி சாஸ்திர விதிப்படி சந்தனம், புஷ்பங்களால் அர்ச்சனை செய்து பிரதிக்ஷணம் நமஸ்காரம் செய்து பின்னர் பால், தயிர், நெய் போன்றவற்றால் ஹோமம் செய்து விஸ்வேதேவர்களை உத்தேசித்து தர்ப்பணம் செய். பின்னர் நீ ஸ்நானம் செய்து பிராமணர்களுக்குக் கட்டில் போன்ற தானங்களைச் செய்த பின் 'பிரேத கடம்' தானம் செய்ய வேண்டும்" என்று விளக்கியது பிரேதம்.

“பிரேத கடம் என்றால் என்ன?” என்று வினவினான் அரசன்.

“பிரேதக் கலசத்தை தானம் செய்தால் சகல அசுபங்களும் விலகிவிடும். ‘தானம் பிரேத கடம் நாம சர்வ அசுப விநாசனம்’ என்று சொல்லப்பட்டுள்ளது. தங்கத்தால் செய்த சிறிய கலசத்தில் பிரம்மா, விஷ்ணு, ருத்ரன், லோக பாலகர்கள் அனைவரையும் ஆவாகனம் செய்து பால், நெய், தனம் இவற்றால் நிரப்பி பிரேதத்திற்குப் பிரேத நிலை போக வேண்டும் என்ற சங்கல்பத்தோடு தானம் செய்ய வேண்டும். தயவுசெய்து பிரேதகட தானம் செய், அரசனே!” என்று வேண்டியது பிரேதம்.

அரசனும் நாராயணப் பலி என்ற கர்மாவைச் செய்ததன் பலனாக சுவேதனுக்கு பிரேத நிலை நீங்கி நற்கதி கிடைத்தது.

31. புதல்வன் ஏன் முக்கியம்?

கருடா! மரணித்தவனுக்கு யாரோ செய்த கிரியையால்கூட நற்கதி கிடைக்கும் போது, புத்திரன் செய்தால் எத்தனை நற்பலன் கிடைக்கும் என்பதை எண்ணிப் பார். பூமியில் உயிரோடு இருக்கும்போது புத்திரனால் பெரிய உபயோகமில்லாமல் போகலாம். ஆனால் மரணமடைந்த பின்னர், புத்திரன் செய்யும் இறுதிக் கர்மா ஜீவனுக்கு மிக மிக அவசியம்.

சிவபூஜை செய்பவர், ஹரி வம்சம் சிரவணம் செய்பவர், விஷ்ணு வழிபாடு, சிவ வழிபாடு செய்பவர் புதல்வரைப் பெறுவர் என்று கூறிய நாராயணனிடம், "அப்படியும் பிள்ளை பெறாதவர் என்ன செய்ய வேண்டும்?" என்று வினவினான் கருடன்.

நாராயணன் கருணையோடு விளக்குகிறார்: கல்வி, கலைகளைக் கற்றுக் கொடுத்து வித்யா தானம் செய்வதன் மூலமும், செல்வம் அளிப்பதன் மூலமும் தனக்கு இறுதிக் கிரியை செய்பவரை மனிதன் உயிரோடு இருக்கும்போதே தேர்ந்தெடுத்து ஏற்பாடு செய்து கொள்ள வேண்டும்.

இவ்விதம் இறுதிச் சடங்குகளின் முக்கியத்துவத்தை நாராயணன் எடுத்துக் கூறினார்.

32. இறப்பவன் கையால் செய்யும் தானங்கள்

பறவைகளின் அரசனே! கருடா! மரண அவஸ்தையின் போது ஜீவன் இறுதி யாத்திரைக்கு முழு மனதோடு தயாராக வேண்டும். மிருத்யுவைக் கண்டு அஞ்சக் கூடாது. முதுமையை எய்திய பின் ஜீவன் மரணத்தை நெருங்குகிறோம் என்ற உணர்வோடு மரணத்திற்குப் பிந்தைய பயணம் பற்றிச் சிந்திக்க வேண்டும். மரணம் நெருங்குகிறது என்று உடல் சில எச்சரிக்கைகளை அளிக்கும். அவற்றை உணர்ந்து கொள்ள வேண்டும்.

அவற்றை எவ்வாறு அறிவது என்று கேட்ட கருடனுக்குப் பகவான் விளக்குகிறார்:

இறைவன் கட்டாயம் சில அடையாளங்களை தெரியச் செய்வார். அவற்றுள் ஒன்று பிராண கோஷம் கேட்காமல் போவது. சாதாரணமாக காதுகளை மூடிக் கொண்டால் ஒரு கோஷம் கேட்கும். அந்தக் கோஷம் கேட்காவிட்டால் மரணம் நெருங்கி விட்டதாகப் பொருள். புதல்வன், முதியவரான பெற்றோர் மரணத்தை நெருங்குகிறார்கள் என்பதை அறிந்து சில ஏற்பாடுகளைச் செய்ய வேண்டும்.

நற்செயல்களைச் செய்த புண்ணியாத்மா, வயோதிகத்தில் தன் உடல் நிலையைப் புரிந்து கொண்டு மரணம் நெருங்கும் அடையாளங்களை உணர்ந்து தாமதம் செய்யாமல் தான தர்மங்களைச் செய்து, கவனமாகவும் பயமற்றும் இருக்க வேண்டும். விஷ்ணு கதையைக் கேட்க வேண்டும். தெரிந்தோ,

தெரியாமலோ செய்த பாவங்களுக்கு உடனடியாகப் பிராயசித்தம் செய்வதற்கு ஏற்பாடு செய்து கொள்ள வேண்டும். அந்த அவசர நிலையில் உடலின் ஒத்துழைப்பைப் பொறுத்து, உடல் ஆரோக்கிய நிலையைப் பொறுத்து தலை ஸ்தானமோ, கழுத்துவரை ஸ்நானமோ, விபூதி ஸ்நானம் எனப்படும் நெற்றியில் விபூதி பூசியோ உடலைத் தூய்மைப்படுத்திக் கொள்ள வேண்டும். விஷ்ணு பூஜை செய்து உடனடியாக மந்திர ஜெபமும் செய்ய வேண்டும். அஷ்டாக்ஷரி மந்திரம், நாராயண மந்திரம். வாசுதேவ மந்திரம் போன்ற இஷ்டத் தெய்வ மந்திரத்தை ஜபம் செய்வதோடு தன்னைச் சுற்றியுள்ளவர்களையும் விஷ்ணு, சிவ நாமங்களை நினைக்கும்படியும், கேட்கும்படியும் கூற வேண்டும். உறவினர்கள் மரணிப்பவர் அருகில் துயரத்தோடு அமருவதற்கு பதில், ஜீவன் மரண அவஸ்தையில் இருக்கும் போது வீட்டில் அனைவரும் 'பகவன் நாம சங்கீர்த்தனம்' செய்து சூழலைத் தெய்வீகமாக மாற்ற வேண்டும்

கருடா! என் நாமங்களில் ஒன்றை நிரந்தர மனனம் செய்ய வேண்டும். சுற்றி இருப்பவர் உண்மையான உறவினரானால் கட்டாயம் இவற்றைக் கடைப்பிடிப்பர். இறுதிக் கட்டத்தில் இருக்கும் முதியவரைச் சுற்றி நின்று அழக்கூடாது. இறைவனின் நாமத்தைக் கூற வேண்டும். 'கிருஷ்ணா' என்ற நாமம் யார் நாவில் எப்போதும் நடனமாடுமோ அவர்கள் செய்த பாவம் மலைபோல் இருந்தாலும் எரிந்து சாம்பலாகும்.

கருடா! விஷ்ணுவின் நாமத்தைத் தெரிந்து கூறினாலும், பொருள் அறியாமல் கூறினாலும் பாவத்தை அழிக்கக் கூடியது. பகவந்நாமத்தை சந்தேகப்படக் கூடாது என்று கூறி மேலும் இவ்வாறு விவரிக்கிறார்:

யம தர்ம ராஜன், எம கிங்கரர்களிடம் 'கமல நயனா, வாசுதேவா, விஷ்ணு, சங்கு சக்கர கதாபாணி, மகேஸ்வரா என்ற ஹரி, ஹர நாமஸ்மரணை செய்பவர்களை நரகத்திற்கு அழைத்து வரக்கூடாது' என்று உத்தரவிட்டுள்ளார். 'முகுந்தனின் பாதார விந்தங்களை தியானம் செய்யாத பாப ஆத்மாக்களை மட்டுமே எமலோகத்திற்கு அழைத்து வாருங்கள்' என்று எமன் கூறியுள்ளார்.

'பக்தி அற்றவன் எத்தனை நற்செயல் புரிந்தாலும் தூய்மை அடைய மாட்டான். கள் நிரம்பிய பானையை அமுத்தி மூடி கங்கை நீரால் அபிஷேகம் செய்தாலும் அந்தப் பானை

தூய்மையாகாது அல்லவா? பகவந்நாம ஸ்மரணம் செய்வது மிகச்சிறந்த பிராயசித்தம். நிரந்தரம் கிருஷ்ணனை நினைப்பவர்கள் கனவில் கூட நரகத்தைக் காண மாட்டார்கள். பகவத் கீதை, சகஸ்ர நாமம் போன்றவற்றைப் படிக்க வேண்டும். இறக்கும் தருவாயில் அதற்குச் சக்தி இல்லாவிட்டால் காதுகளிலாவது கேட்க வேண்டும். மரணக் காலத்தில் முக்தி அளிப்பதற்கு ஏகாதசி விரதம், கீதை, கங்காஜலம், துளசிதளம், விஷ்ணு பாதத் தீர்த்தம், விஷ்ணு நாமம் ஆகியவை உள்ளன. விஷ்ணு ஸ்மரணையோடு செய்ய வேண்டிய தானங்களும் உள்ளன. அந்திமக் காலத்தில் மனிதன் செய்யும் தானம் மிகச் சிறியதானாலும் அட்சயமாகப் பலனளிக்கும். புத்திரன் அதற்கு உதவுவது மிகவும் சிறப்பு. அதற்காகத்தானே புதல்வனைப் பெற்று வளர்க்கிறான்?' என்று கேட்கும் நாராயணன் மேலும் விவரிக்கிறார்:

புண்ணியம் என்றால் என்ன, தர்மம் என்றால் என்ன என்று அறிந்தவர் அதற்காகத்தானே புதல்வர்களைப் பெறுகிறார்கள்? வாழ்நாள் முழுவதும் தானம் செய்யாதவனுக்கு இறுதிக் காலத்திலும் தானம் செய்ய வேண்டும் என்ற எண்ணம் வராது. தந்தைக்கு தானம் செய்ய வேண்டும் என்ற சிந்தனை தோன்றவில்லை என்றாலும் புதல்வர்கள் தந்தையிடம் எடுத்துக் கூறி தானம் செய்விக்க வேண்டும். தந்தையை நல்லவிதமாக வழி அனுப்பி வைப்பவரே சிறந்த புதல்வர்.

தந்தைக்கு மரணச் சமயத்தில் கண்கள் செருகும்போது, 'அவசானத் தசை' எனப்படும் அவசர நிலையில், புதல்வன் தந்தையின் கையால் தானங்கள் செய்விக்க முடியுமானால் அந்தப் புதல்வனுக்கு மிக உயர்ந்த புண்ணியங்கள் கிடைக்கும்.

தானங்களில் முக்கியமாக தசதானம், அஷ்ட தானம் போன்றவை உள்ளன. எள், உலோகம், வஸ்திரம், ஏழுவித தானியங்கள், பூதானம், கோதானம் இவை ஒவ்வொன்றுக்கும் ஒவ்வொரு பலன் உள்ளது.

எள் தானம்:

எள் தானம் மிகவும் பவித்திரமானது. மங்களகரமானது. வெள்ளை எள் (ஸ்வேத திலம்), கருப்பு எள் (கிருஷ்ண திலம்), சிவப்பு எள் (கபில திலம்) இந்த மூன்றும் என் (நாராயணன்) சொரூபங்கள். என் வியர்வையில் இருந்து உற்பத்தியானவை. தில தானம் மிக இன்றியமையாதது. எள் தானத்தால் தேவர், பித்ரு, அசுரர் அனைவரும் திருப்தி அடைவர்.

இரும்பு தானம்:

உலோக தானம் செய்வது மிகச் சிறந்தது. எமன் இதன் மூலம் திருப்தி அடைவான். எம மார்க்க பயணத்தில் உலோக தானத்தின் பலன் உதவிகரமாக இருக்கும். உலோக தானத்தை விரும்பும் எம கிங்கரர்கள் எமலோக வேதனையிலிருந்து ஜீவனைத் தப்புவிப்பார்கள்.

சுவர்ண தானம்:

பிரம்மா போன்ற தேவதைகள், ரிஷிகள், எமதர்மராஜாவின் சபையில் இருப்பவர்கள் அனைவரும் பொன் தானத்தால் திருப்தி அடைவர். பிரேத நிலையிலிருந்து விமுக்தி அளிக்கக் கூடியது பொன் தானம். தந்தையின் மரணத்திற்குப் பின் புதல்வன் செய்வதை விட, மரண சமயத்தில் தந்தை தானே செய்வது இன்னும் சிறப்பு. அதன்மூலம் ஜீவன் நரக லோகத்தின் அருகில் கூட செல்லத் தேவை இருக்காது.

வஸ்திர தானமும் உப்பு தானமும்:

வஸ்திர தானமும் உப்பு தானமும் எமனுக்கும் எம தூதர்களுக்கும் மிகப் பிரியமானவை.

ஏழுவித தானியங்கள் தானம்:

துவரை, கோதுமை, பயறு, உளுந்து, கடலை, மொச்சை, கொள்ளு இவை ஒவ்வொன்றும் சிறப்பான பலன்களை அளிப்பவை. எம மார்க்கத்தில் தங்கும் பதினாறு நகரங்களின் அதிபதிகளும் இந்த ஏழு வகைத் தானிய தானத்தால் திருப்தி அடைவார்கள்.

பூமி தானம்:

நிலம், மனை உள்ளவர்கள் பாத்திரமறிந்து கட்டாயம் பூதானம் செய்ய வேண்டும். தன்னிடம் நிலம் இருந்தும் தானம் செய்யாதவர்கள் நரகத்திற்குச் செல்வர். நிலம் இல்லாதவர் கோதானம் செய்தால் அதுவே பூதானத்திற்குச் சமம். பூதானம் செய்பவர் கோதானமும் செய்ய வேண்டும்.

கோதானம்:

உயிர் பிரியும் சமயத்தில் மட்டுமின்றி உயிரோடு வாழும்போதும் பசு மாட்டை தானம் செய்ய வேண்டும். கோதானத்திற்கு மிகச் சிறப்பான பலன்களும் செய்யும்

வழிமுறைகளும் உள்ளன. கோதானம் செய்யும்போது மிகவும் கவனம் தேவை. தானம் செய்பவருக்கும் பெறுபவருக்கும் கூட ஜாக்கிரதைகள் அவசியம். சரியான வழிமுறையைப் பின்பற்றாவிட்டால் தானம் செய்பவர், பெறுபவர் இருவருக்குமே நல்லதல்ல.

'கோதானம் சர்வ பாப பரிகாரம்'. சிவப்பு நிறக் கபிலப் பசுவின் தானத்திற்கு, பிறந்ததிலிருந்து மரணம் வரை செய்த அத்தனைப் பாவங்களையும் உடனுக்குடன் அழிக்கும் சக்தி உள்ளது. தந்தையின் மரணத்திற்குப் பின் புதல்வன் செய்யும் லட்சம் பசு தானங்களும், மரணக் காலத்தில் ஜீவன் செய்யும் ஆயிரம் பசு தானங்களும், மரணத்திற்கு முன் ஜீவன் செய்யும் நூறு பசு தானங்களும், மனிதன் உயிரோடு நல்ல நிலையில் இருக்கும்போது மனமுவந்து செய்யும் ஒரு பசு தானத்திற்குச் சமமானது. அதற்கு அத்தனை மகிமை உள்ளது.

தானம் செய்யும்போது மனமுவந்து கொடுக்க வேண்டும். பாத்திரமறிந்து அளிக்க வேண்டியது மிகவும் முக்கியம். விஷத்தை முறிக்கும் மந்திரத்திற்கும், குளிரைப் போக்கும் அக்கினிக்கும் தோஷம் இல்லாதது போலவே, தகுதியானவர் தானம் பெறும் செயல் தோஷத்தைத் தராது. கோதானம் செய்த ஜீவன்களுக்கு வைத்தரணி நதியின் பயங்கரங்கள் தென்படாது.

கட்டையைப் போல் கிடக்கும் இறந்த உடலைத் தரையில் கிடத்திவிட்டு, உறவினர் தத்தம் வீடுகளுக்குச் சென்று விடுவர். அவன் தேடிய பொருட்கள் அனைத்தும் வீட்டிலேயே தங்கி விடும். வாழ்நாளில் செய்த நன்மை, தீமை மட்டுமே இறந்தவனைத் தொடரும். நண்பர்களும் உறவுகளும் மயானம் வரை வருவார்கள். பருவுடல் அக்னியில் எரிக்கப்பட்டு சாம்பலாக மாறும். மனைவி மக்கள் தன்னைக் காப்பாற்றுவார்கள், தன்னோடு வருவார்கள் என்று எண்ணுவது வெறும் பிரமை மட்டுமே. எனவே உயிரோடு இருக்கும் போதே, செல்வம் தன் ஆதீனத்தில் இருக்கும் போதே, சுதந்திரமாக சுய புத்தியோடு தானங்களைச் செய்துவிட வேண்டும்.

33. வ்ருஷப உத்ஸர்ஜனம்

ஸ்ரீமகாவிஷ்ணு கருணையோடு மரணத்திற்குப் பின் செய்ய வேண்டிய பணிகளைப் பற்றி விவரிக்கிறார். இந்தக் கர்மாக்களைச் செய்யாவிடில் மரணித்தவருக்குப் பிரேத ஜன்மம் ஏற்படும் என்கிறார்.

பக்ஷி ராஜா! உத்தரக் கிரியைகள் எனப்படும் மரணத்திற்குப் பின் செய்ய வேண்டிய செயல்கள், ஜாதி வேறுபாடுகளை அனுசரித்து மாறக் கூடியவை. ஆண், பெண் யாராயிருந்தாலும் ஐந்து வயதுக்கு மேற்பட்டவர் மரணித்தால் நற்கதி கிடைப்பதற்கு அவருடைய உறவினர் ஒரு ரிஷபத்தை அவிழ்த்து விட வேண்டும். இதைச் செய்யாமல் விடுத்து, வேறு என்ன செய்தாலும் பயன் இருக்காது. மரணம் நிகழ்ந்த பதினோராம் நாள் இந்த 'வ்ருஷப உத்ஸர்ஜனம்' செய்ய வேண்டும். அதன் மூலம் மரணமடைந்தவர் முக்தி பெற்று புண்ணிய உலகத்தை அடைவார். இந்தச் செயலைச் செய்வதற்கு மகன், மனைவி, பேரன், உறவினர் யாராயிருந்தாலும் தகுந்தவரே. அனைவரிலும் புதல்வனே சிறந்தவன்.

தாய் தந்தையரை நரகத்தில் விழாமல் காப்பவன் புதல்வனே. புதல்வன் பெற்றோருக்கு கர்மாக்களைச் செய்யாவிட்டால் இறந்தவர், மரத்தையோ வேறு எதையோ அடைக்கலம் புகுந்து பிசாசாக மாறித் துன்புறுவார். புழுவாகவோ, பூச்சியாயாகவோ இழிந்த பிறவியை எடுப்பார்.

இப்படி விவரித்த நாராயணனிடம் கருடன், 'பகவானே! தானம் செய்வதால் என்ன பயன்? மரணம் அடைந்தவருக்காக என்னென்ன தானங்கள் செய்யப்பட வேண்டும்? தானம் செய்யாவிட்டால் என்ன நஷ்டம்? மனிதன் இறப்பதற்கு முன் தானாகவே தானங்கள் செய்தால் என்ன நன்மை விளையும்? அவனுக்காகப் பிறர் தானம் செய்தால் என்ன நன்மை விளையும்? இவை அனைத்தையும் விவரமாகக் கூற வேண்டும்' என்று பிரார்த்தித்தான்.

ஸ்ரீமன் நாராயணன் இவ்விதம் கூறலானார்: வினதையின் மைந்தனே! பாத்திரம் அறிந்து தானம் செய்ய வேண்டும். யாருக்கு வேண்டுமானால் தானம் செய்யக் கூடாது. தானம் பெறுபவருக்கு அருகதை இருப்பது முக்கியம்.

பிராமணக் குலத்தில் பிறந்தாலும் நல்லொழுக்கம் அற்றவன் தானம் பெறத் தகுதியில்லாதவன். உண்மை பேசும் பிராமணனுக்கு அளிக்கும் தானம் புண்ணியத்திற்குக் காரணமாகிறது. தகுதியற்றவன் தானம் வாங்கினால் அவனுடைய பல வம்சங்கள் பாவக் குழியில் வீழ நேரிடும்.

மரணித்த பிறகு, தம்மைச் சேர்ந்தவர்கள் செய்யும் கர்மாக்களால் நற்கதி கிடைக்கும் என்று நினைப்பது அறியாமை. அதர்மம் செய்பவருக்கு நற்கதி கிடைக்காது. உயிரோடிருக்கும்போதே தானங்கள் செய்ய வேண்டும். தானங்களை ஒருவருக்கே கொடுப்பது சரியல்ல. கோதானத்தை சிறந்த பிராமணனுக்கு அளிக்க வேண்டும். பேருக்காகவும் புகழுக்காகவும் தானம் செய்தால் பலன் இருக்காது. பிறர் அறியாமல் தானம் செய்ய வேண்டும். உயிரோடிக்கும்போதே செய்யும் தானங்களில் அன்னதானம் சிறந்தது. பிறருக்கு அன்னமிடாதவன் மரணத்திற்குப் பின் பசியாலும் தாகத்தாலும் வருந்துவான். அதனால் மனிதன் பிறந்து, அறிவு வளர்ந்தது முதல் நல்ல செயல்களைச் செய்து புண்ணியம் சேர்த்துக் கொள்ள வேண்டும். வயதாகி உடல் தளர்ந்த பின் எதுவும் செய்ய இயலாது அல்லவா? நற்செயல்கள் செய்து வாழ்ந்தவன் மரணத் தேவதையைக் கண்டு அஞ்ச மாட்டான்.

பறவைகளின் அரசனே! கேட்பாயாக! தானம் செய்ய எண்ணுபவன் 'நாளை வா' என்று கூறாமல் உடனே செய்ய வேண்டும். ஏனென்றால், இந்த உடல் நிலையற்றது.

மரணம் சொல்லிவிட்டு வராது அல்லவா? மழை எப்போது வரும், உயிர் எப்போது பிரியும் என்று யார் அறிவார்? அன்னதானத்தை அடுத்து கோதானம் உத்தராயணத்தில் செய்வது சிறந்தது. அடுத்தது 'வ்ருஷபோத்ஸர்ஜனம்' சிறந்தது.

வ்ருஷப உத்ஸர்ஜனம்

வ்ருஷப உத்ஸர்ஜனம் அதாவது காளையை அவிழ்த்து விடுவது பற்றிக் கூறுகிறேன் கேள்! யார் காளையைக் காலால் உதைப்பானோ, குச்சியால் குத்துவானோ, அவன் பிரளய காலம் வரை நரக வேதனையை அனுபவிப்பான். காளையை அவிழ்த்து விடுபவன் தூய்மையாக, நியம நிஷ்டையோடு இருந்து, ஒரு சிறந்த பிராமணரை அழைத்து, அவர் அறிவுரைப்படி பித்ரு தர்ப்பணமும், தெய்வ வழிபாடும் செய்ய வேண்டும். மச்சமில்லாத, சுழிகள் நேராக உள்ள காளைக் கன்றுக் குட்டியைக் கொண்டு வரவேண்டும். அந்த ரிஷபத்துக்கு வெள்ளைத் துணி போர்த்தி, நல்ல சந்தனம் பூச வேண்டும். கழுத்தில் பூமாலை அணிவித்து, அதோடு கூட நான்கு பசுங்கன்றுகளையும் அழைத்து வந்து அதேபோல் அலங்காரம் செய்து அதன்பின் அந்த ரிஷபத்தையும் கன்றுகளையும் மூன்று முறை ஹோமகுண்டத்தைச் சுற்றி பிரதட்சிணம் செய்விக்க வேண்டும். 'வ்ருஷப உத்ஸர்ஜனம்' செய்பவர் வடக்கு திசை பார்த்து நின்று, 'காளை அரசனே!. நீ தர்மத்தின் வடிவம். பிரம்மதேவர் முதலில் உன்னைத்தான் படைத்தார்' என்று கூறி யாருக்காக இந்தச் செயல் செய்யப்படுகிறதோ அவருடைய கோத்திரம், பெயர் ஆகியவற்றைக் கூறி, சுத்தமான நீரை அதன் உடலில் தெளிக்க வேண்டும். அதன்பின் அந்தக் காளையைப் பசுக் கன்றுகளோடு சேர்த்து அவிழ்த்துவிட வேண்டும். இதுவே 'வ்ருஷப உத்சர்ஜனம்' எனப்படும். அது கோயில் காளையாக வலம் வரும்.

இதனை ஜீவன் மரணமடைந்த பதினொன்றாம் நாள் செய்ய வேண்டும். பால்யத்தில், யௌவனத்தில், முதிய வயதில், செய்த பாவங்கள் அனைத்தும் 'வ்ருஷபோத்ஸர்ஜனம்' செய்வதன் மூலம் விலகிப் போகும்.

நம்பிக்கைத் துரோகம், நன்றி மறப்பது, மது அருந்துவது, குருத் துரோகம், பிராமண ஹத்யை, பொன் திருட்டு

போன்ற பாவங்கள் அனைத்தும் பச்சாதாபத்தோடு 'வ்ருஷப உத்ஸர்ஜனம்' செய்வதால் பறந்து போகும். அதனால் எத்தனைச் சிரமம் இருந்தாலும் பொறுத்துக் கொண்டு 'வ்ருஷபோத்ஸர்ஜனம்' செய்ய வேண்டும்.

சாளக்கிராம தானம்

அதேபோல் சபிண்டீகரணத்திற்கு முன்பு பத்தாம் நாள் வேதம் அறிந்த அந்தணரை அழைத்து அவர் பாதங்களை நீரால் கழுவி வழிபட்டு வெள்ளி தானம் செய்ய வேண்டும். உடனே சாளக்கிராம தானமும் செய்ய வேண்டும். அது எவ்வாறு செய்ய வேண்டும் என்று கூறுகிறேன். கேள்!

சாளக்கிராமத்தைச் சதுர வடிவப் பெட்டியில் வைத்துப் பருத்தித் துணியால் சுற்றி மலர்களால் அலங்கரித்து அந்தணருக்கு தானமளிக்க வேண்டும். பின்னர் ஒரு வெண்கலக் கிண்ணத்தில் நெய் நிரப்பி, கரும்புத் துண்டுகளால் செய்த படகில் அந்தக் கிண்ணத்தை வைத்துப் பட்டுத் துணியால் மூடி, கடவுளுக்கு அர்ப்பணிப்பதாக எண்ணி அந்த அந்தணருக்கு அளிக்க வேண்டும். இந்த தானம் செய்பவர் இறந்தபின் வைத்தரணி நதியை எளிதாகத் தாண்டுவார். அதன் பின் படுக்கை தானம், கட்டில் தானம், எள் தானம், நவதானிய தானம் போன்றவற்றைச் செய்ய வேண்டும். இவ்வாறு செய்தால் மரணித்தவரின் பிரேத ஆத்மா உயர்ந்த நிலைகளைச் சென்றடையும். சிராத்தம் செய்யும்போது அந்தணர்களுக்கு அதிகச் செல்வம் கொடுத்து திருப்திப்படுத்த வேண்டும். சிரத்தையோடு செய்வதே சிராத்தம்.

பக்ஷி ராஜா! அனைவரும் தர்மத்தோடு கூடிய செயல்களில் ஈடுபட வேண்டும் என்று விரிவாக எடுத்துக் கூறினார் பரந்தாமன்.

34. தானம் பெறத் தகுதியானவர் யார்?

'யார் சத்பாத்திரம்? தானம் பெறும் தகுதியானவர் யார்?' என்று கேட்ட கருடனுக்கு பகவான் விளக்கினார்:

வேத அத்தியயனம் செய்பவர், நித்ய அக்னிஹோத்ரி, பிறர் வீட்டில் உண்ணாதவர் இம்மூன்று நியமங்களையும் கடைப்பிடித்து வாழ்பவர் உத்தமப் பாத்திரம். இவர்களிடம் தானம் பெறுவதால் பாவமோ, தோஷமோ ஒட்டாது. நிரந்தர வேத அத்தியயனம் செய்பவரின் உள்ளங்கையில் அக்னி இருக்கும். அதில் தானத்தைத் தாரை வார்த்துக் கொடுப்பது நேராக அக்னியில் சமர்ப்பிப்பதற்குச் சமம். அதுவே தானம் எனப்படும்.

ஏழைகளுக்கும் தீனர்களுக்கும் அளிக்கும் தானத்திற்கு தயை என்று பெயர். கொடுக்க வேண்டும் என்ற இரக்கக் குணம் இருந்தால் போதும். சங்கல்பமோ, விதிமுறைகளோ தயையோடு ஏழைகளுக்கு கொடுப்பதற்குத் தேவையில்லை.

கோதானம்:

பாத்திரம் அறியாமல் தகுதியற்றவர்க்குப் பசுமாடு தானம் செய்தால் நரகத்திற்கு வழி வகுக்கும். நரகத்தில் தான் விழுவதோடு தன்னைச் சேர்ந்த நூறு தலைமுறைகளை நரகத்தில் தள்ளியவர் ஆவார். தன் நற்கதியை விரும்புபவர், தகுதியுள்ளவரைத் தேர்ந்தெடுத்துக் கோதானம் செய்ய வேண்டும்.

ஒரு பசுவை ஒருவருக்கு மட்டுமே தானம் அளிக்க வேண்டும். பலருக்கும் சேர்த்து ஒரே பசுவை

தானமளிக்கக்கூடாது.கோதானம்பெற்றவர்பசுவைவிற்றாலோ அந்தச் செல்வத்தை பிறரோடு பகிர்ந்து கொண்டாலோ, கொடுத்தவர் பெறுபவர் இருபுறத்திலும் ஏழு தலைமுறைகள் நரக வாசம் செய்வர். கோதானம் பெற்ற பசுவை விற்று அந்தத் தனத்தை பிறரோடு பகிர்ந்து கொண்டால், பசுவை வெட்டி அதனைப் பங்கு பிரித்துக் கொண்டதற்குச் சமம்.

பசு தானம், முக்கியமாக பயங்கரமான வைதரணியின் நதியைத் தாண்டுவதற்கு இன்றியமையாதது. ஒரு படகு அமைத்து, கரும்பைக் கொண்டு அலங்காரம் செய்து, பட்டுக் கயிற்றால் கட்டி இழுத்து பூமியைத் தோண்டி அதில் நீர் நிரப்பி அதில் படகை வைத்து அதன் மேல் பசுவை நிற்க வைத்து சாஸ்திர விதிப்படி தானம் செய்ய வேண்டும்.

தானம் செய்வதற்குச் சிறந்த நாள்:

'தானம் செய்வதற்குச் சிறந்த நாள் எது? இடம் எது? தேச காலம் என்ன?' என்று விநயத்துடன் வினவிய வினதையின் புதல்வனிடம், பகவான் விளக்கம் அளிக்கிறார்:

கங்கை முதலிய தீர்த்தங்களின் அருகிலும், வைதிக வாழ்க்கை வாழ்பவரின் முன்னிலையிலும், சூரிய கிரகணம், சந்திர கிரகணம் காலங்களிலும், சங்கராந்தி போன்ற புண்ணியக் காலங்களிலும் கோதானம் செய்வது சிறந்தது.

சிரத்தை எப்போது ஏற்படுகிறதோ அதுவே சரியான காலம். தகுதியுள்ள பாத்திரமானவர் கிடைத்தால் அதுவே சரியான இடம். தாமதிக்காமல் கோதானம் செய்து விட வேண்டும்.

பிறந்தது முதல் மனிதனின் கூடவே இருக்கும் ஒரே துணை மிருத்யு. எனவே தர்மத்தோடு தான் சம்பாதித்த செல்வத்தை மனமுவந்து சிரத்தையோடு அளிக்கும் சிறிதளவு தானம் கூட அளவற்ற பலனை அளிக்கக்கூடியது. செய்யும் தானம் மட்டுமே பரலோகப் பயணத்தின்போது வழித்துணையாக வந்து உதவும்.

தந்தையின் மரணக் காலத்தில் (அவசானத் தசை) தந்தையின் கையால் தானம் செய்விக்கும் புதல்வன் தேவதைகளால் வழிபடப்படுவான். பெற்றோருக்காகப் புதல்வன், அருகதை உள்ள தகுந்தவருக்கு தானங்கள் செய்தால், அவனுடைய புதல்வன், பேரன், கொள்ளுப் பேரன் அனைவரும் புண்ணிய உலகங்களுக்குச் செல்வர். தந்தைக்காகத் தனயன் செய்யும் தானம் நூறு மடங்கும், தாய்க்காகச் செய்யும் தானம்

ஆயிரம் மடங்கும் புண்ணியத்தைத் தேடித் தரும். தானம் அளிக்கும் சிறந்த குணமுள்ளவருக்கு இக லோகத்திலும் பர லோகத்திலும் எந்த வித உபத்திரவமும் ஏற்படாது. மரணக் காலத்திலும் எம தூதர்களால் அச்சம் ஏற்படாது. லோபியான கஞ்சன், மரணத்திற்குப் பின் வேதனையை அனுபவிப்பான். தானத்தின் பலனை இத்தனைத்தான் என்று வர்ணிக்கவே முடியாது. தானமே நற்கதிக்கு முதல்படி என்பதை உணர வேண்டும்.

இத்தனை எளிமையான தான, தர்மம் செய்யும் வழிகள் இருந்தாலும் கடைப்பிடிக்காமல் மனிதப் பிறவியை வீணடித்துக் கொண்டு எம மார்க்கத்தில் அவதிப்படுபவர்களைப் பற்றி என்ன சொல்ல என்று வியந்து கூறினார் பரமாத்மா.

மனைவி, மக்கள், குடும்பம் என்று யாரை முன்னிட்டு ஜீவன் சொத்து சேர்த்து வைத்து, தானதர்மம் செய்ய நேரமின்றிக் காலத்தை வீணடிக்கிறானோ, அந்த உறவுகள் எதுவும் நிரந்தரமானதல்ல. மனிதன் உயிரோடு இருக்கும்போதே சொந்தக் கைகளால் தானம் செய்ய வேண்டியது மிக அவசியம். இறந்தபின் என்ன நடக்கும் என்பதை யார் அறிவார்? எது நிரந்தரமானது, எது நிரந்தரமற்றது என்பதை அறிந்து கொள்ள வேண்டும்.

இறந்த உடலைக் கண்டு உற்றார் அஞ்சி ஒதுங்குவர். மயானம் வரை சில உறவினர் வந்து செல்வர். பூமியை விட்டுக் கிளம்பும் ஜீவன், தன் யாத்திரையில் தனியாகத்தான் பயணிக்க வேண்டும். ‘உடலே நான்’ என்று எண்ணி மாய்ந்த ஜீவனின் ஸ்தூல உடல் எரிந்து சாம்பலாவதை ஜீவன் சூட்சும உடலால் பார்த்திருப்பான்.

தர்மம் என்ற ஒன்று மட்டுமே அர்த்தம், காமம், மோட்சம் மூன்றிற்கும் காரணம் என்பதை உணர்ந்து தர்ம வாழ்க்கையை வாழ வேண்டும். தர்மம் என்ற உயர்ந்த சொல்லின் பொருளைச் சிரத்தையால் மட்டுமே அறிய முடியும். சிரத்தையால் மட்டுமே தர்மம் காப்பாற்றப்படுகிறது.

சம்பாதித்த செல்வத்தை சிரத்தையோடு தர்ம காரியத்திற்குப் பயன்படுத்தும் ஜீவன் விடுதலை அடைகிறான். செல்வத்திற்கும் தர்மத்திற்கும் இடையில் ‘சிரத்தை’ இருக்க வேண்டும். செல்வம் சம்பாதிக்க விட்டாலும் சிரத்தை இருந்ததன் காரணமாகப் பல மகான்கள் உய்வடைந்தனர்.

35. பெற்றவரின் உயிர் பிரியும் தருணத்தில் புத்திரன் என்ன செய்ய வேண்டும்?

பசுஞ்சாணத்தால் மெழுகி, துளசி பீடம் அருகில் மண்டலம் அதாவது மேற்கூரை அமைக்க வேண்டும். பசுஞ்சாணம் தெளித்த தரையிலிருந்து தீயசக்திகள் விலகி ஓடும். அங்கு எள்ளைத் தெளித்து தர்ப்பையைப் பரப்பி ஆசனம் செய்து அருகில் சாளக்கிராமச் சிலையை அமர்த்த வேண்டும். தர்ப்பாசனத்தின் மீது உயிர் பிரியும் தருணத்தில் ஜீவனைப் படுக்க வைக்க வேண்டும்.

36. துளசியின் மகிமை

லட்சுமி நாராயணனின் சொரூபமான துளசி மிகவும் மகிமை வாய்ந்தது. துளசிச் செடியின் நிழலில் மரணம் அடைவதை விடச் சிறந்த யோகம் வேறில்லை. இத்தகைய யோகம் அத்தனை எளிதில் கிடைத்து விடாது. பல பிறவிகளில் தானம் செய்தவருக்குக் கூடக் கிடைப்பது அரிது. யார் வீட்டில் துளசிச் செடி வளர்க்கப்படுகிறதோ அந்த இல்லம் புண்ணிய தீர்த்தத்திற்குச் சமம். எத்தனைப் பாவம் செய்தவன் ஆனாலும் அவன் உடலிலோ, வாயிலோ துளசி இலை இருந்தால் அவனுக்கு எம கிங்கரரர்கள் விதிக்கும் நரக வேதனை இருக்காது. 'புத்திரன் இல்லையே, எனக்கு இறுதிக் கிரியை யார் செய்வார்கள்?' என்ற கவலை, துளசியின் நிழலில் பசுஞ்சாணி பூசிய தரையில் தர்ப்பையைப் பரப்பிய ஆசனத்தில் மரணிப்பவருக்கு இருக்காது. துஷ்ட சக்திகளை விரட்டுவதில் இவை முக்கியமானவை. நேராக விஷ்ணுபுரத்திற்குச் செல்வர் என்று துளசியின் புகழைப் போற்றினார் நாராயணன்.

பின்னர் தர்ப்பையின் பெருமையை விளக்குகிறார் நாராயணன்.

என்னுடைய யக்ய வராஹ அவதாரத்தின் ரோமங்களே பவித்திரமான தர்ப்பைகளாக மாறின. தர்ப்பையைத் தொட்டால் கூட நரக வேதனை இருக்காது. தர்ப்பையால் அனைத்தையும் புனிதம் செய்ய முடியும்.

கோமியத்தால் மெழுகிய தரையில் பிரம்மா, விஷ்ணு, மகேஸ்வரரோடு சகல தேவதைகளும் வந்து அமருவர். அக்னி ஹோமத்திற்கு எத்தனை சக்தி உள்ளதோ அதே சக்தி, பசுஞ்சாணியால் மெழுகியத் தரைக்கும் உள்ளது. பசுஞ்சாணியால் மெழுகாத தரையில் ராட்சர், பிசாசு, பூதம், பிரேதம், எமன் வந்து அமருவார்கள்.

தூய்மையற்ற இடத்தில் இறப்பவரின் உடலை வைத்தால் துஷ்ட சக்திகள் அந்த ஜீவனை இழுத்துச் செல்வதற்கு முயற்சிக்கும். இது மிகவும் முக்கியமானதும், ரகசியமானதுமாகும். மானசீக பலவீனமானவர், உயிர் பிரியும் நிலையில் இருப்பவர், நோயால் பீடிக்கப்பட்டவர், பாலாரிஷ்டம் என்று கூறப்படும் நிலையில் உள்ள சிறு குழந்தைகள் – இவர்கள் பூதம், பிசாசு, அரக்கர், பிரேதம் போன்றவற்றால் எளிதில் பாதிக்கப்படுவர். அவர்களின் உடலில் புகுவதற்கு இந்தச் சக்திகள் முயற்சிக்கும். இவர்களின் உடலில் இருந்து மாமிசத்தை உறிஞ்சுவதற்கு இவை காத்திருக்கும். இவை மனிதனின் பௌதிகப் பார்வைக்குத் தென்படாது. அதனால் இந்த நான்கு நிலைகளிலும் பல சாந்திகளும் சடங்குகளும் கூறப்படுகின்றன. குழந்தை பிறந்ததிலிருந்து செய்யப்படும் ஜாத கர்மா, நாமகரணம், தொட்டிலில் இடுதல், ஆயுஷ் ஹோமம் போன்ற பல உற்சவங்கள் குழந்தையை மேற்சொன்னவற்றிலிருந்து காப்பதற்காக ஏற்பட்டவையே.

பிசாசு, தாம் பீடித்த ஜீவர்களை எளிதில் மேலுலகு செல்ல விடாமல் இழுத்து வைத்துக் கொள்ளும். மரணித்தவரின் ஆத்மா பூமியிலேயே சுற்றி அலைய வேண்டி வரும். அதனால் தேகத்தைப் பிசாசு போன்றவற்றின் கைகளில் சிக்காமல் பாதுகாக்க வேண்டும்.

எவற்றின் அருகில் பிசாசுகள் காத்திருக்கும் தெரியுமா? கட்டில், வீட்டுக்கு வெளியில் மேற்கூரையற்ற இடங்கள் போன்றவற்றில் அவை காத்திருக்கும். அதனால், உயிர் பிரியும் நேரத்தில் கட்டிலில் இருந்து கீழே இறக்கி, மேற்கூரை உள்ள, பசுஞ்சாணத்தால் அல்லது நீரால் மெழுகிய தரையில் படுக்க வைத்து, இறப்பவனின் வாயில் பொன், ரத்தினம், துளசி போன்றவற்றை வைக்க வேண்டும், கங்காஜலம், சாளக்கிராம ஜலம், துளசி தீர்த்தம் இவற்றை வாயில் விட வேண்டும்.

வேதம், உபநிடதம், விஷ்ணு சஹஸ்ரநாமம், சிவ ஸ்தோத்திரம் போன்றவற்றை மரணிப்பவர் காதால் கேட்கச் செய்ய வேண்டும். இறக்கும் நிலையில் பாகவதத்தில் ஒரு ஸ்லோகமாவது காதால் கேட்க வேண்டும். இறக்கும் நேரத்தில் மனிதனுக்கு உண்மையான விரக்தி ஏற்பட்டால், ‘சந்நியாசம் எடுத்துக் கொள்கிறேன்’ என்று மனதால் நினைத்தால் ‘ஆபத் சந்நியாசியாகி’ பரம பதத்தையே அடைவான்.

உயிர் பிரியும்போது உணவோ பானங்களோ அருந்தக்கூடாது. இப்படிப்பட்ட தார்மீகர்களின் உயிர் பிரிந்தபின் அவர்களின் நிலையை விவரிக்கிறேன், கேள்!

37. புண்ணியம் செய்தவரின் உயிர் பிரிதல்

இதற்கு முன், பாவிகளின் உயிர் படும்பாட்டைப் பார்த்தோம். புண்ணியம் செய்தவர்களின் ஜீவ பயணத்தைப் பற்றிக் கூறுகிறேன். கேள், கருடா!

பாவிகளின் தொப்புளுக்குக் கீழே உள்ள பகுதியிலிருந்து உயிர் பிரியும் என்று கூறினேன் அல்லவா? புண்ணிய ஆத்மாக்களின் முகத்திலிருந்து அதாவது உடலின் மேல் உறுப்புகளின் வழியாக பிராணன் சுகமாக வெளியேறும். வாய், இரு கண்கள், மூக்குத் துவாரங்கள், காது துவாரங்கள் – இந்த ஏழு துவாரங்களில் ஒன்றின் வழியாக பிராணன் வெளியேறும். இவை 'ஊர்த்துவ லோகத்தோடு' தொடர்புடையவை. 'ஊர்த்துவ லோகம்' எனப்படும் மேல் உலகத்திற்குச் சூரியன் அதிபதி.

யோகிகளின் உயிர் எவ்வாறு பிரியும் தெரியுமா, கருடா? யோகிகளின் தாடைகளில் உள்ள துவாரங்களில் இருந்து பிராணன் வெளியேறும்.

உயிர் பிரிந்த பின் உடல் வேரற்ற மரம் போல் கிடக்கும். இதனை யாரும் எடுத்து நிற்க வைக்க முடியாது. இந்த நிலையில் இதற்கு உள்ளவை மூன்றே மார்க்கங்கள். மனிதனின் உயிரற்ற உடல் கிருமிகள் தின்பதற்கும், மலினமாக மாறுவதற்கும், சாம்பலாவதற்கும் மட்டுமே வழி உள்ள நிலையில் கிடக்கும். உயிர் உள்ளவரை உடலோடு ஒட்டி இருந்த பஞ்ச பூதங்களும் பிரிந்து இயற்கையோடு கலந்து விடும்.

புண்ணிய ஆத்மாக்களின் உயிரைத் தேவதூதர்கள் விமானத்தில் வந்து சாமரம் வீசி அழைத்துச் செல்வார்கள். தார்மீகர்கள் திவ்ய மார்க்கத்தின் வழியே உத்தம லோகங்களுக்குச் செல்வார்கள். பகவத் பக்தர்கள் இறைவனின் உலகத்தை அடைந்து தொண்டு செய்யும் சாலோக்கிய நிலையைப் பெறுவார்கள்.

மேலும் நாராயணன், இறந்த ஜீவனை மேலுலகத்திற்கு அனுப்பும் 'ஊர்த்துவ லோகக் கிரியைகள்' பற்றிக் கூறுகிறார்.

38. ஈமக் கிரியைகள்

கருடா! இறந்தவருக்கு கர்மாக்கள் ஏன் செய்ய வேண்டும் தெரியுமா?

இவற்றைச் செய்தால் மட்டுமே பெற்றோருக்குப் புதல்வன் பட்ட கடன் தீரும். இறுதிக் கர்மா செய்யாமல் எத்தனை தானங்கள் செய்தாலும் பலன் இல்லை. இறுதிக் கர்மா செய்வதால் புதல்வன் வேதம் விதித்த செயல்களைச் செய்த புண்ணியத்தைப் பெறுகிறான்.

பெற்றவன் இறந்த பின் புதல்வன் என்ன செய்ய வேண்டும் என்று கேட்ட கருடனுக்குப் பகவான் விவரிக்கிறார்:

கருடா! இறுதிக் கர்மா என்பது ஒரு யக்ஞம் போன்றது என்பதில் எந்தச் சந்தேகமும் வேண்டாம். அதில் உச்சரிக்கும் மந்திரங்கள் புத்திரனின் வருத்தத்தைப் போக்கி, விவேகத்தை அளிப்பவை. தேகத்தின் மீது மோகத்தை விட்டொழிப்பதற்கு இவை உதவும். தந்தை இறந்த சோகத்தை விட்டு, தலையை முண்டனம் செய்து கொள்ள வேண்டும். பெற்றோருக்குக் காரியம் செய்பவன் தலையை மொட்டை அடித்துக் கொள்ளாவிட்டால் பெற்றோருக்கு நற்கதி அளிக்காத காரணத்திற்காக நரகத்திற்குச் செல்வான். புதல்வன் ஸ்நானம் செய்து, நகங்களைச் சுத்தம் செய்து கொள்ள வேண்டும். சுத்தமான ஜலத்தால் இறந்த உடலைக் குளிப்பாட்டி சந்தனத்தாலும் கங்கை மண்ணாலும் அலங்காரம்

செய்ய வேண்டும். புத்தாடை அணிவிக்க வேண்டும். மரணம் நடந்த இடத்தில் இறந்தவரின் பெயரும் கோத்திரமும் கூறி தக்ஷிணையோடு கூட பூமியின் மேல் பிண்டத்தை வைக்க வேண்டும். உடலின் அதிஷ்டான தேவதை பூமாதா. உடல் ப்ருத்வி தத்துவத்தோடு கூடியது. தரையில் உடலை வைக்கும்போது பூமாதா திருப்தி அடைகிறாள். வீட்டின் வாயில் கதவருகிலும் பிண்டம் வைத்து, அங்குக் காத்திருக்கும் சில தேவதைகளைத் திருப்தி அடையச் செய்ய வேண்டும். இல்லாவிடில் அவை இறந்தவரின் உடலைத் தின்னும். இவை மிகவும் ரகசியமானவை. சூட்சுமமானவை. சிரத்தையால் மட்டுமே இவற்றை அறிய முடியும். பின்னர் சவத்தைப் பிரதட்சிணம் செய்து மகனும் மருமகளும் நமஸ்காரம் செய்து வணங்க வேண்டும்.

இந்தக் கிரியை மூலமும் மந்திரங்கள் மூலமும் இறந்த உடல் அக்னி ஹோமத்தில் சமர்ப்பிக்கப்படப் போகும் யக்ய திரவியமாக மாறி, புனிதம் அடைகிறது. முதலில் புதல்வன் தந்தையின் உடலைத் தோளில் தூக்கி, பின் பந்துக்களோடு சேர்ந்து சுமந்து செல்ல வேண்டும். தன்னைத் தோளிலும் மார்பிலும் தூக்கிச் சுமந்து வளர்த்த பெற்றோரின் உடலைப் பக்தியோடும் அன்போடும் தோளில் சுமக்கும் புதல்வன் 'அஸ்வமேத யாகம்' செய்த பலனைப் பெறுகிறான்.

மயானத்திற்குச் செல்லும் வழியில் நடுவில் ஓரிரு இடங்களைத் தூய்மை செய்து நீர் தெளித்து இறந்தவரின் கோத்திர, நாமம் கூறி பிண்டம் வைக்க வேண்டும். இல்லாவிடில் பாதையின் நெடுகிலும் உள்ள பிரேத, ராட்சச, பிசாசு, யட்சர்கள் உடலைப் புசிப்பதற்குக் காத்திருப்பர். பிசாசுகள் தொட்ட உடல் தகனத்திற்கான தகுதியை இழக்கும்.

மயானத்தில் தரையைப் பசுஞ்சாணியால் மெழுகி தர்ப்பையால் மேல்நோக்கி கோடு போட்டு அங்கு அக்னியை வைக்க வேண்டும். அந்த அக்னிக்குச் 'சிதாக்னி' என்ற பெயர். அதுவே சிதை. அங்கு வைக்க வேண்டிய பிண்டங்களை வைத்த பின்பு, பூதங்கள் அந்தப் பிண்டங்களால் திருப்தி அடைந்து ஜீவனுடைய தேகத்தின் பக்கம் வராது.

உடல் பாதி எரியும் போதோ, முழுவதும் எரிந்த பின்போ, சவத்தின் தலையை உடைக்க வேண்டும். இல்லறத்தானின்

தலையைக் கம்பாலும், முனிவரின் தலையை வில்வக் காயாலும் உடைக்க வேண்டும். அதன்பின் இறந்தவனின் புதல்வன் எள்ளும் நெய்யும் கொண்டு ஹோமம் செய்ய வேண்டும். இதனால் இறந்தவன் சொர்க்கத்திற்குச் செல்வான்.

'தனிஷ்டா பஞ்சமி' எனப்படும் அவிட்டம், சதயம், பூரட்டாதி, உத்திரட்டாதி, ரேவதி நட்சத்திரங்களில் மரணிப்பவருக்கு நற்கதி கிடைப்பது கஷ்டம். அதற்குச் சில பிராயசித்த கர்மாக்களைச் செய்ய வேண்டும்.

உடலைத் தகனம் செய்த பின் முதலில் பெண்களும், பின்னர் ஆண்களும் தலை ஸ்நானம் செய்து இறந்தவனின் கோத்திர, நாமம் கூறி எள்ளும் தண்ணீரும் விட வேண்டும். மீண்டும் அனைவரும் ஸ்நானம் செய்து, வேப்பிலையை மென்று இறந்தவரின் பெயர் கோத்திரம் கூறி, அவரைப் புகழ வேண்டும். இறந்தவர் செய்த தவறுகளைச் சுட்டிக்காட்டி நிந்திக்கக் கூடாது. அவர் செய்த நல்லவற்றை மட்டுமே எடுத்துக் கூறிப் பாராட்ட வேண்டும். பசு மாட்டிற்குப் புல் கொடுத்த பின், தையல் இலையில் சாப்பிட வேண்டும்.

இறந்த வீட்டில் தென் திசையாகப் பசுஞ்சாணத்தால் மெழுகி, அங்குப் பன்னிரண்டு நாட்கள் இரவு பகலாக எரியும்படி விளக்கு ஏற்றி வைக்க வேண்டும்.

39. அஸ்தி சஞ்சயனம்

சரியான தினத்தில் அஸ்தி சஞ்சயனம் செய்ய வேண்டும். மயானத்திற்குச் சென்று விரலில் பவித்ரம் அணிந்து மயான பூதங்களுக்கு நமஸ்காரம் செய்ய வேண்டும். சிதியில் பால் தெளித்து நீரால் நனைத்து எலும்புகளைப் 'பலாச' இலையில் வைத்து பாலாலும் நீராலும் கழுவி, மண் பானையில் வைத்து விதிப்படி காரியம் செய்ய வேண்டும். தயிரும் நெய்யும் பிரேதத்திற்குப் பலியாக வைக்க வேண்டும். சிறு குழி தோண்டி அதில் மண் பானையை வைத்து அதன்மேல் பிண்டப் பிரதானம் செய்ய வேண்டும். அதன் பின் அந்தப் பானையை எடுத்து எலும்புகளை நதியிலோ குளத்திலோ கரைக்க வேண்டும். நதியின் நடுப் பகுதிக்குச் சென்று அஸ்தியைக் கரைத்தால் இறந்தவனுக்கு சொர்க்கலோகப் பிராப்தி கிடைக்கும்.

பத்து நாட்களுக்குள் எலும்புகளைக் கங்கையில் கரைத்து விட்டால் அந்த ஜீவனுக்கு மீண்டும் பிறவி அற்ற நிலை ஏற்படும். வேறு புண்ணிய நதிகளில் கலந்தால் ஜீவன் உத்தம உலகங்களுக்குச் செல்வான். பத்து நாட்களுக்குப் பின்னர் செய்தால் அதற்குரிய மந்திரங்களோடு செய்ய வேண்டும். அஸ்தி சஞ்சயனம் செய்த பின் புதல்வன் தச ராத்திரி விதியை மேற்கொள்ள வேண்டும். தசராத்திரி விதியை மேற்கொள்வதன் மூலம் புதல்வன், பித்ரு ருணத்தில் இருந்து விமுக்தி பெறுகிறான்.

ஒருவன் வெளிநாட்டிலோ, காட்டிலோ இறந்து போனால் அவனுடைய இறந்த உடல்

கிடைக்காது. எப்போது இறந்தானோ தெரியாது. அவன் மரணமடைந்தான் என்ற செய்தி தெரிந்தவுடன் அவனுடைய பிரதிருபத்தை தர்ப்பையால் தயார் செய்து தகனம் செய்து, சாம்பலைக் கங்கையில் கரைக்க வேண்டும். அதன் மூலம் இறந்தவனுக்கு நற்கதி கிடைக்கும். இறந்த செய்தி தெரிந்த நாள்முதல் கர்மாக்கள் செய்யத் தொடங்க வேண்டும். செய்தி அறிந்த நாள், திதியன்று ஒவ்வொரு ஆண்டும் சிராத்தம் செய்ய வேண்டும்.

40. கங்கையின் மகிமை

இறந்தவரின் எலும்புகள் எத்தனை காலம் கங்கையில் கிடக்குமோ அத்தனை ஆயிரம் ஆண்டுகள் ஜீவன் சொர்க்கத்தில் இருப்பான். கங்கைக் கரையில் இறந்த உடலை வைத்தால் கங்கா நதியிலிருந்து வீசும் காற்று உடலைத் தொட்டாலே போதும். அந்த ஜீவன் செய்த சகல பாவ மூட்டைகளும் சாம்பலாகும். ஜீவன் மீண்டும் பிறவாத கைவல்ய நிலையைப் பெறுவான்.

இது தொடர்பான கதை ஒன்று சொல்கிறேன். கேள், கருடா!

ஒரு காட்டில் ஒரு கொடூரமான வேடுவன் இருந்தான். ஒரு புலி அவனைக் கொன்று தின்று உடலை இழுத்துச் சென்று எங்கோ எறிந்து விட்டது. அவன் உடலுக்கு இறுதிக் கிரியைகூட நடக்கவில்லை. அவன் உடலில் மீதி இருந்த ஓர் எலும்பை ஒரு காகம் எடுத்துக்கொண்டு பறக்கும்போது அது தவறிப்போய் கங்கை நதியில் விழுந்தது. நரகத்திற்குச் செல்லும் வழியில் இருந்த வேடுவனைத் தேவதைகள் விமானத்தில் ஏற்றிக்கொண்டு புண்ணிய லோகத்திற்கு அழைத்துச் சென்றார்கள். கங்கை நதி அருகிலே இல்லாவிட்டால், பூமியில் உள்ள பிற நதிகளில் இந்தக் கிரியைகளைச் செய்து கங்கையை மனதால் வணங்க வேண்டும் என்று கங்கையின் மகிமையை நாராயணன் விவரித்தார்.

கருடா! மனிதனின் மரணத்திற்கு அவனுடைய முற்பிறவிச் செயல்களே காரணமாகின்றன.

ஒரு ஜீவன் கர்ப்பத்திலேயே மரணமடைந்தால் அவனுக்கு சாஸ்திர ரீதியான கர்மாக்கள் செய்யத் தேவையில்லை. ஐந்து வயதுள்ள பிள்ளை மரணித்தால் பன்னிரண்டு நாட்கள் செய்ய வேண்டிய கர்மாக்களைச் சரியாகச் செய்ய வேண்டும். ஆனால் தச வித தானங்கள், வ்ருஷபோத்ஸர்ஜனம் போன்றவை தேவையில்லை. நீர்க் குடம் தானமளிக்க வேண்டும். மூன்று வயதிற்குள் பிள்ளைகள் இறந்தால் பூமியில் புதைக்க வேண்டும். மூன்று வயதைத் தாண்டிய பிள்ளைகள் மரணித்தால் தகனக் கிரியை கட்டாயம் செய்ய வேண்டும். ஆறு மாதம் வரை சிசு என்றும், ஆறு வயது வரை பாலன் என்றும், அதன் பிறகு எட்டரை வயது வரை பாலகன் என்றும், பதினான்கு வயதில் குமாரன் என்றும், பதினாறு வயதில் கிசோரன் என்றும் சாத்திரம் குறிப்பிடுகிறது.

முதல் மூன்று வர்ணத்தாரும் உபநயனம் செய்து கொண்டு பூணூல் அணிய வேண்டும். ஐந்து வயதில் உபநயனம் நடந்த பின் மரணமடைந்தால் அவனுக்கு உத்தரக் கிரியைகள் தேவையில்லை. இறந்ததில் இருந்து பன்னிரண்டு நாட்கள் கர்மா செய்தால் போதும். அதற்குக் காரணம் சொல்கிறேன் கேள் கருடா என்று நாராயணன் கூறத் தொடங்கினார்.

ஐந்து வயது பாலகனுக்கு உலகம் புரியாது. நன்மை தீமை புரியாது, எது செய்யக் கூடியது, எது செய்யக் கூடாதது என்று அறியான். பெற்றோரின் அன்பைப் புரிந்து கொள்ள மாட்டான். அதனால் அவனுக்கு செயல்களோடு தொடர்பு இல்லை.

பன்னிரண்டு வயதுள்ளவன் மரணித்தால் வ்ருஷபோத்ஸர்ஜனம் போன்ற கர்மாக்கள் கட்டாயம் செய்ய வேண்டும். சபிண்டீகரணம் தேவையில்லை. ஆனால் தச தானங்கள் செய்ய வேண்டும். நீர்க் குடம், குடை, தீபம் போன்றவற்றைத் தானம் செய்யாவிட்டால் இறந்த ஜீவன் பயங்கரமான காட்டில் ஒரு மரமாகப் பிறப்பான். அந்த மரத்தின் பலகை, வீடு கட்டப் பயன்படாது. உரல் தயாரிக்கப் பயன்படும். இறந்தவன் நல்ல பிறவி எடுக்க வேண்டுமென்றால் சில கர்மாக்களாவது முழுமையாகச் செய்ய வேண்டும்.

‘கர்ப்பிணிப் பெண் மரணமடைந்தால் தகனக் கிரியை எவ்வாறு செய்ய வேண்டும்?’ என்று வினவிய கருடனுக்கு நாராயணன் இவ்விதம் உரைக்கிறார்:

நிறைமாதக் கர்ப்பமாக இருந்தால் சிசுவை வெளியில் எடுத்துப் புதைத்து விட்டு, பெண் உடலை மட்டும் தகனம் செய்ய வேண்டும். கங்கா நதி தீரத்தில் மரணமடைந்த குழந்தைகளைக் கங்கைக் கரையிலேயே புதைக்க வேண்டும். இரண்டு வயது தாண்டிய குழந்தைகள் மரணித்தால் தகனக் கிரியை செய்து எலும்புகளைக் கங்கையில் கரைக்க வேண்டும்.

‘யதிகள் மரணித்தால்?’

யதிகள் மரணித்தால் அவர்களின் பூர்வாசிரமப் புதல்வர்கள் தகனக் கிரியை, உதகக் கிரியை, தச தின கர்மா போன்றவற்றைச் செய்யக் கூடாது. யதியாக ஆசிரம ஸ்வீகாரம் பெற்று, தண்டம் கைப்பற்றியவர்கள் விஷ்ணுவுக்குச் சமம். அவர்கள் மரணித்த பின்னர் நற்கதியை அடைவார்கள். அவர்களுக்குப் பிரேத நிலை கிடையாது. ஞானிகள் எப்போதும் பகவானிடம் மனதை நிலைநிறுத்தியிருப்பவர்கள். அவர்களுக்கும் ஈமக் கிரியைகள் கிடையாது.

41. பெற்றவரை இழந்த புதல்வன் அழக் கூடாது

கருடா! பித்ரு காரியம் செய்யும்போது புதல்வன் கண்ணீர் விட்டு அழக்கூடாது. ஏனென்றால் இறந்த ஜீவன் அந்தக் கண்ணீரை அருந்தப் பார்ப்பான். அது நடக்கக் கூடாது. மரணித்த ஜீவனுக்குக் கிடைக்க வேண்டிய நற்கதியை அளிக்கும் வரை இது போன்றவை நடக்க இடம் அளிக்கக் கூடாது. அழுகை வந்தால் கட்டுப்படுத்திக் கொண்டு, தைரியத்தைக் கைக்கொண்டு, காரியம் செய்ய வேண்டும்.

இல்லாவிட்டால் பிரேத நிலையில இருக்கும் ஜீவன் செய்வதறியாமல், புதல்வரும் உறவினர்களும் துயரத்தால் அழும்போது சிந்தும் கண்ணீரையும் சிலேட்டுமத்தையும் உறிஞ்ச முயற்சிப்பான். பிரேத நிலையில் இருக்கும் ஜீவனின் அவஸ்தை வர்ணனைக்கு எட்டாத அளவு பயங்கரமானதும் பரிதாபமானதும் ஆகும்.

கருடா! இதனை எப்போதும் நினைவில் கொள்ள வேண்டும். ஆயிரம் ஆண்டுகள் அழுதாலும் போனவன் திரும்பி வரமாட்டான். இதை மறக்காமல் நினைவில் கொண்டால் துக்கம் நீங்கி, செய்ய வேண்டிய காரியங்களில் கவனம் செலுத்த முடியும்.

'புதல்வன் இல்லாவிட்டால் யார் கர்மா செய்வது?' என்ற கருடனின் கேள்விக்குப் பகவான் இவ்விதம் விவரிக்கிறார்.

ஒருவேளை பிள்ளைகள் பிறக்காமல் கணவன் இறந்தால், மனைவி கர்மா செய்யலாம். (காரியம் செய்து வைக்கும் வைதிக பிராமணர் மூலம் செய்யவேண்டும்.) மனைவி இல்லாவிட்டால் சகோதரனும், சகோதரனும் இல்லாவிட்டால் சீடனோ தாயாதிகளோ சிராத்தம் செய்யலாம். மூத்த சகோதரருக்குப் புதல்வன் இல்லாவிட்டால் தம்பிகளின் புதல்வர்களும், பேரன்களும் கர்மா செய்யலாம். தம்பிக்குப் பிள்ளைகள் இல்லாவிட்டால் மூத்த சகோதரனின் பிள்ளைகள் கர்மா செய்யலாம். சகோதரர்களில் ஒருவருக்குப் புதல்வன் இருந்தாலும், அவன் சகோதரர்கள் அனைவருக்கும் புதல்வன் போன்றவனே. யாருமே பிண்டப் பிரதானம் செய்வதற்குக் கிடைக்காவிட்டால் நண்பன் செய்யலாம். கணவன் மரணித்த பின் மனைவி இறுதிக் கிரியை, ஆப்திகம், சிராத்தம் எல்லாம் செய்ய வேண்டும். அந்த மனைவி பதிவிரதையாகப் போற்றப்படுவாள்.

தந்தையே புதல்வனாகப் பிறக்கிறான். அதனால் தந்தை மரணமடைந்தால் புதல்வன் கர்மாக்கள் செய்ய வேண்டும். 'ஜ்யேஷ்ட: பித்ரு சமான:' என்று கூறிய நாராயணனிடம் கருடன் அடுத்துக் கேட்டார்.

தாசி புத்திரர்

'சுவாமி, பன்னிரண்டு விதமான புதல்வர்கள் உள்ளார்கள் அல்லவா? தாசி புத்திரர்களுக்குப் பித்ரு கர்மா செய்வதற்கு அதிகாரம் உள்ளதா? ஒரே புதல்வி உள்ள பெற்றோருக்கு அபர கர்மாக்கள் யார் செய்ய வேண்டும்?' என்று கேட்டார் கருடன்.

பகவான் இவ்வாறு உரைத்தார்:

கருடா! அக்னிச் சாட்சியாக திருமணம் புரிந்த மனைவி மூலம் பிறந்த புதல்வன் மட்டுமே தந்தையை 'புத்' என்ற நரகத்திலிருந்து காப்பான். பிற பிள்ளைகளுக்கு அந்த அதிகாரம் இல்லை. பேரன் பிறக்கும் வரை உயிரோடு இருக்கும் மனிதனுக்கு மோட்சம் எளிதில் கிடைக்கும். கொள்ளுப் பேரன் பிறக்கும் வரை உயிரோடு இருப்பவருக்கு விஷ்ணு லோகம் கட்டாயம் கிடைக்கும். பெண்ணுக்குத் திருமணம் புரியும்போது இயன்றவரை பொன் ஆபரணம் அணிவிப்பது தந்தையின் கடமை. சாஸ்திர விதிகளின்படி

கன்னிகாதானம் செய்த மகள் மூலம் பிறந்த பேரன் மூலம் இருபத்தோரு தலைமுறை வரை மோட்சம் கிடைக்கும்.

தாசி புத்திரனுக்கு சில கர்மாக்களுக்கே அதிகாரம் உண்டு. இறுதிக் கிரியைகள் செய்யும் அதிகாரம் இல்லை. அப்படிச் செய்தால் இறந்தவன் நரகத்திற்குப் போவான். சாஸ்திர விதிப்படி தானங்கள் செய்யலாம். பிராமணர்களுக்குப் போஜனம் அளிக்க இயலாது. செல்வம் அளிக்கலாம்.

42. துர்மரணங்களுக்கு இறுதிக் கிரியை என்ன?

யாராவது தீ விபத்திலோ, நீரில் மூழ்கியோ இறந்தால் அவருக்குத் தகனக் கிரியைகள் எப்போதும் போல் செய்ய வேண்டும். பாம்பு கடித்து மரணம் அடைந்தவருக்காக நாக பூஜைகள் செய்ய வேண்டும். ஒவ்வொரு மாதமும் சுக்ல, கிருஷ்ணப் பஞ்சமிகளில் வெள்ளை மலர், தூபம், தீபம் ஆகியவற்றால் நாக பூஜை செய்ய வேண்டும். அரிசி மாவால் தரையில் பாம்பு படம் வரைந்து, அதற்கு வறுக்காத பச்சை மாவு, பால் ஆகியற்றை நிவேதனம் செய்ய வேண்டும். தங்கத்தாலான நாகத்தையும் பசுமாட்டையும் அந்தணருக்கு தானம் செய்ய வேண்டும். இரு கைகளைக் குவித்து, 'நாகராஜா மகிழ்ச்சி அடைவாயாக!' என்று பிரார்த்தனை செய்ய வேண்டும். பாம்பு கடித்து இறந்தவருக்காக 'நாராயணப் பலி' என்ற கிரியை செய்ய வேண்டும். இதன் மூலம் இறந்தவரின் பாவங்கள் அனைத்தும் நீங்கி சொர்க்க லோகத்தில் இடம் கிடைக்கும்.

43. கர்மா செய்யும் புதல்வர்களுக்கு என்ன பலன் கிடைக்கும்?

தச தினம், சபிண்டீகரணம் வரை இறந்தவனின் மூத்த புதல்வன் செய்வதே உத்தமம். கர்த்தாவாக மூத்த புதல்வன் செய்கையில் மற்ற புதல்வர்கள் உதவி புரிய வேண்டும். புதல்வர்கள் பத்து நாள் காரியத்தின் போதும் ஒருவேளை உணவு உண்டு, தரையில் படுத்து, பரமாத்மாவை நினைக்க வேண்டும். இவற்றால் புதல்வர்களுக்கு அபரிமிதமான புண்ணியம் கிடைக்கிறது.

மாதம் தவறாமல் பெற்றோருக்கு மாசிகங்களும், ஆண்டு தவறாமல் ஆப்திகமும் செய்யும் புதல்வர்களுக்கு ஏழு முறை பூமியைப் பிரதட்சணம் செய்த புண்ணியம் கிடைக்கிறது. தகனம் செய்தது முதல், முதலாம் ஆண்டு சிராத்தம் வரை கர்மாக்களைத் தவறாமல் செய்யும் புதல்வனுக்கு கயையில் சிராத்தம் செய்த புண்ணியம் கிடைக்கிறது.

44. சபிண்டீகரணம்

ஜீவன் மரணமடைந்த அந்தப் பத்து நாட்களும் எது செய்தாலும் அந்த ஜீவனுக்குச் சென்றடையும். சபிண்டீகரணம் வரை ஜீவனைப் பிரேதம் என்று சொல்லால் அழைப்பர். ஜீவனை உத்தேசித்துச் செய்யும் வஸ்திரம், அன்னம், நீர் போன்ற அனைத்து தானங்களும் இறந்தவரைச் சென்றடைந்து ஆறுதல் அளிக்கும்.

சபிண்டீகரணத்திற்குப் பின் ஜீவன் பித்ரு கணத்தோடு சேருகிறான். அதன் பிறகு ஜீவனைப் பித்ரு கணம் என்று குறிப்பிடுவர்.

சபிண்டீகரணம் செய்யாவிட்டால் புதல்வனுக்குத் தூய்மை கிட்டாது. சபிண்டீகரணம் ஆகி, பிரேதம் பித்ரு கணத்தில் சேரும் வரை கர்த்தாவுக்குப் பிரேதத்தோடு தொடர்பு இருக்கும். அதனால் நியமங்களைக் கடைப்பிடிக்க வேண்டும். சபிண்டீகரணம், 12ம் நாள் அல்லது 30ம் நாள் அல்லது இறந்த 6 மாதங்களில் அல்லது ஓராண்டில் செய்யும் முறை உள்ளது. அவை அனைத்திலும் 12ம் நாள் செய்வதே சிறந்தது. ஏனென்றால் கலியுகத்தில் அற்பாயுளும் அறியாமையுமான நிலைமை இருக்கும் என்பதால் 12ம் நாள் செய்வது உத்தமம். ஏனென்றால் சபிண்டீகரணம் செய்தால் ஒழிய ஜபம், அனுஷ்டானம், சந்தியாவந்தனம், தெய்வ வழிபாடு, ஸ்வாத்தியாயம், பாராயணம் போன்ற நித்திய கர்மாக்களுக்கு யோக்கியதை கிடைக்காது.

ஓராண்டு வரை நித்தியகர்மா செய்யாமல் இருந்தால் நித்திய கர்மாவில் தவறு நேர்ந்து விடும்.

ஓராண்டு வரை பண்டிகைகளைக் கொண்டாடக்கூடாது. திவ்ய க்ஷேத்திரங்களுக்கு யாத்திரை செய்யக் கூடாது. ஓராண்டுக் காலம் வரை இறந்த ஜீவனுக்கு கர்த்தாவுடன் தொடர்பு இருக்கும். அதனால் நித்திய கர்மா மட்டுமே செய்து கொண்டு சில விசேஷ கர்மாக்களில் இருந்து விலகி இருக்க வேண்டும்.

சபிண்டீகரணத்தின் போது அந்தணரின் பாதங்களைச் சந்தனம், அட்சதையால் பூஜை செய்து, திருப்தியாக அவருக்குத் தானம் அளிக்க வேண்டும். கர்மா செய்து வைக்கும் ஆசாரியருக்கு ஓராண்டுக்குத் தேவையான அரிசி, நெய், தங்கம், வெள்ளி, பசுமாடு, நிலம் அளிக்க வேண்டும். 12ம் நாள் செய்யும் சபிண்டீகரணத்தால் அனைத்துப் புண்ணிய நதிகளிலும் ஸ்நானம் செய்த பலனும், யக்ய, யாகங்கள் செய்த பலனும் கிட்டும்

புண்ணியாவசனம் ஆன பின் ஆச்சாரியர் கர்த்தாவுக்கு அபிஷேகம் செய்து கையில் ரக்ஷாபந்தனம் கட்டி, மந்திரித்த அட்சதை அளிப்பார். 12 பிராமணர்களுக்குப் பட்சணங்களோடு கூடிய சமாராதனை போஜனம், தட்சிணத் தாம்பூலங்களோடு 12 நீர்க்குடங்களைத் தானமாக அளிக்க வேண்டும் என்று சபிண்டீகரணத்தின் மகிமைகளை விவரித்த நாராயணன் படுக்கை தானம் பற்றிக் கூறுகிறார்.

45. படுக்கை தானம்

இவ்விதம் சபிண்டீகரணம் செய்து கர்மா செய்த வஸ்திரத்தைநீக்கிவிட்டுபுதியவெள்ளைஉடைஅணிந்து படுக்கை தானம் செய்ய வேண்டும். தேவேந்திரன் முதலான தேவர்கள் படுக்கை தானத்தால் திருப்தி அடைவர். நல்ல மரத்தால் தயார் செய்தது, சித்திரங்கள் செதுக்கப்பட்டது, உறுதியானது, பட்டு நூலால் கட்டப்பட்டது, தங்கத்தால் அலங்காரம் செய்தது, ஹம்ச தூளிகா மஞ்சத்தோடு கூடியதான கட்டிலை, அழகான தலையணைகளோடும் திண்டுகளோடும் போர்வையோடும் கூடிய விசாலமான படுக்கையோடு தரையில் வைக்க வேண்டும்.

குடை, வெள்ளி விளக்கு, வெண்சாமரம், பலகைகள், நீர்ச் செம்பு, கண்ணாடி, வஸ்திரம், தாம்பூலத் தட்டு ஆகியவற்றைப் படுக்கைமேல் வைக்க வேண்டும். கட்டிலையும், அலங்காரம் செய்த லட்சுமி நாராயண விக்ரகங்களையும் சௌபாக்கியவதியான பெண்ணிற்குத் தேவையான கண்மை, குங்குமம், வஸ்திரம், அலங்காரப் பொருட்கள் அனைத்தையும் வைத்து மனைவி உள்ள சத் பிராமணருக்கு தானம் செய்ய வேண்டும்.

ஜீவன் செய்யும் படுக்கை தானத்தால் எம லோகத்திலும் சொர்க்க லோகத்திலும் புஷ்பக விமானம் ஏறி எந்தத் துன்பமும் இன்றி பிரளயம் வரை சுகமாக சஞ்சரிப்பான்.

படுக்கை தானமும், வ்ருஷபோத்ஸர்ஜனமும் உயிரோடு இருக்கும் போதே செய்ய நினைத்தால், பண்டிகை தினங்களில் செய்ய வேண்டும்.

46. மரணத் தீட்டு

யாருக்கு எத்தனை காலம் மரணத் தீட்டு உண்டு என்று கேட்ட கருடனிடம் பரமாத்மா விளக்குகிறார்:

கலியுகத்தில் அனைத்து வர்ணத்தவருக்கும் பத்து நாள் தீட்டு உண்டு.

இறந்தவரின் வயதைப் பொருத்து தீட்டு நாட்கள் மாறும். ஆறாம் மாதத்தில் கருச்சிதைவு நிகழ்ந்தால் ஆறு நாட்கள் தாய்க்குத் தீட்டு உண்டு. ஆறு மாதம் நிறைந்த பின் கருச்சிதைவு நேர்ந்தால் முழுப் பத்து நாளும் தாய்க்குத் தீட்டு உண்டு. மற்றவருக்குத் தலை ஸ்நானத்தால் தீட்டு போய்விடும்.

கன்னிப் பெண்கள் மரணடைந்தால் தீட்டு எத்தனை நாட்கள்?

பிறந்து மூன்று ஆண்டுக்குள் பெண் குழந்தை இறந்து போனால், அனைத்து ஜாதியினருக்கும் ஸ்நானம் செய்தால் தீட்டு போய்விடும். கன்னிப் பெண் திருமணம் ஆவதற்குள் மரணமடைந்தால் ஒரு நாள் தீட்டு உண்டு. நிச்சயதார்த்தம் ஆன பின் கன்னிப் பெண் மரணித்தால் இரு புறத்தாருக்கும் மூன்று நாள் தீட்டு உண்டு. திருமணத்திற்குப் பின் மரணமடைந்தால் கணவன் வீட்டுக்கு மட்டுமே தீட்டு உண்டு.

தீட்டு உள்ளவர் என்னென்ன செய்யக் கூடாது?

தந்தையின் மரணத் தீட்டு உள்ள நாட்களில் பிறருக்கு ஆசீர்வாதம் செய்வதோ, இறை வழிபாடு செய்வதோ, வீட்டிற்கு வந்தவரை வரவேற்பதோ, பிறருக்கு நமஸ்காரம் செய்வதோ, கட்டிலில் படுப்பதோ, பிறரைத் தொடுவதோ கூடாது. சந்தியாவந்தனம் முழுவதும் செய்யக் கூடாது. அர்க்கியப் பிரதானம் வரை செய்யலாம்.

தானம், ஜபம், ஹோமம், ஸ்வாத்தியாயம். பித்ரு தர்ப்பணம், பிராமணப் போஜனம், பண்டிகை, விரதம், நித்திய கர்மா போன்றவற்றைச் செய்யக் கூடாது. இந்தச் செயல்களைச் செய்தால் அதற்கு முன்பு செய்த புண்ணியமெல்லாம் அழிந்து போகும்.

47. அஸ்தியை நதியில் கரைக்கும் சடங்கு

பத்து நாட்களுக்குள் தகனம் செய்த உடல் கிடக்கும் இடத்திற்குச் சென்று எலும்புகளைப் பால் தெளித்து எடுத்து வரும் 'அஸ்தி சஞ்சயனம்' எனும் சடங்கைச் செய்ய வேண்டும். எடுத்து வந்த அஸ்திகளை நதியில் கலக்க வேண்டும். ஒருவேளை பத்து நாட்களுக்குள் செய்ய இயலாவிட்டால் அதற்கான விதிமுறைகளைக் கடைப்பிடித்து விரைவில் வேறு நாளில் செய்யலாம்.

கயா சிராத்தம், ஓராண்டு வருஷாப்தீகம் செய்த பின்னர்தான் செய்ய வேண்டும். தீர்த்த சிராத்தம், கயா சிராத்தம், கிரகண சிராத்தம், வருடப் பிறப்பு சிராத்தம் என்று பல சிராத்தங்கள் உள்ளன. அவற்றைக் கடைப்பிடித்து பித்ரு தேவதைகளை வழிபட வேண்டும்.

48. மாளய பட்சம்

புரட்டாசி மாதம் வரும் பித்ரு பட்சம் மாளய பட்சம் என்று சிறப்பு பெறுகிறது. பித்ருக்கள் அநேகம் பேர் இருப்பார்கள். அவர்களை வழிபடுவதற்கு அமாவாசை மிகச் சிறந்தது. பிரதமையன்று அக்னித் தேவனை வழிபட்டு, துவிதியை அன்று எமனை வழிபட வேண்டும். மாளயபட்சத்தின் போது பித்ருகணங்கள் பூமிக்கு வந்து அன்னமும் நீரும் தேடுவார்கள்.

புதல்வனின் வீட்டு வாயில் கதவைப் பிடித்துக் கொண்டு பித்ரு கணங்கள் நிற்பார்கள். அந்தச் சமயத்தில் மாளயபட்ச பித்ரு வழிபாடு செய்யாவிட்டால் வருந்தி நிந்திப்பார்கள். அவை சாபமாக மாறி வம்சத்திற்குத் தீங்கு விளைக்கும். பித்ரு தேவதைகளின் சாபம் மிக மிக ஆபத்தானது. அப்போது செய்ய இயலாவிட்டால் அதற்கு மாற்று வழிகள் உள்ளன.

மிகத் தரித்திரமானவன், எதுவும் செய்ய இயலாவிட்டால். ஒரு காட்டிற்குச் சென்று அங்கிருக்கும் முட்செடி ஒன்றை இறுக்கி அணைத்துக் கொண்டு, ‘பித்ரு தேவதைகளுக்கு எதுவும் செய்ய இயலவில்லையே’ என்று கண்ணீர் விட்டு அழ வேண்டும். பூமியில் விழும் அவனுடைய கண்ணீரைப் பித்ரு தேவதைகள் தர்ப்பணமாக ஏற்று மன்னித்து அருளுவார்கள்.

கருடா! மிக மிகச் சூட்சுமமானதும், ரகசியமானதுமான இந்த விஞ்ஞானத்தைச் சிரத்தையின் மூலம் மட்டுமே அறிந்து கடைப்பிடிக்க முடியும். இதன் மூலம் பித்ருக்களுக்கு முக்தி கிடைப்பதால், புத்திரனுக்கு பித்ருகடன் தீர்க்கும் பாக்கியம் கிட்டும். தரித்திரம் விலகிச் செல்வம் பெருகும். இருக்கும் நிலையை விட உயர்ந்த நிலையை அடைவான். நோய் தீர்ந்து ஆரோக்கியம் பெறுவான். வம்சத்தில் யாருக்கு என்ன கவலை இருந்தாலும் பித்ரு தேவதைகளுக்குத் தர்ப்பணம் செய்வதன் மூலம் விரைவாக அந்தக் கவலைகளிலிருந்து நிவாரணம் கிடைக்கும்.

இவ்விதம் பித்ருயக்யத்தின் விதானங்களை விவரித்த நாராயணன், இந்த அத்தியாயத்திற்கு பலஸ்ருதி கூறுகிறார்:

இதனைச் செவிமடுத்து சிரத்தையோடு கேட்பவர்கள் பாவங்களில் இருந்து விமுக்தி பெற்று, உயர்ந்த தானங்கள் செய்த பலனைப் பெறுவர். கேட்பவர், அதுவரை செய்த பித்ரு கர்மாக்களில் ஏதாவது குறைகள் செய்திருந்தாலும், பித்ரு கணங்கள் மன்னித்தருளுவர். விஷ்ணுவின் அருளால் உத்தம மார்க்கத்தை அடைவர் என்று நாராயணன் கூற்றாக சூத பௌராணிகர், சௌனகர் முதலான முனிவர்களுக்கு எடுத்துரைத்தார்.

49. பித்ரு தேவதைகள் என்றால் யார்?

‘பூலோகத்தில் அளிக்கும் எள்ளும் தண்ணீரும் பித்ரு லோகத்திற்கு எவ்வாறு சென்று சேரும்?’ என்று முனிவர்கள் கேட்ட சந்தேகங்களையே கருடனும் கேட்டார் என்றுரைத்து, சூத முனிவர் மேற்கொண்டு விவரித்தார்.

கருடன் கேட்டார், ‘நாராயணா! சபிண்டீகரணம் நடந்து முடிந்த பின்னர் பிரேத நிலையை விடுத்துப் பயணித்து பித்ருக்களோடு சேர்ந்து விடுவான் ஜீவன் என்று கூறினீர்கள். அதனால் புதல்வனோடு இருந்த தொடர்பு நீங்கி விடுமல்லவா? அப்படி இருக்கையில், கர்த்தா செய்யும் வருடாந்திர சிராத்தங்கள் யாரைச் சென்றடையும்?’

பகவான் கருணையோடு பதிலளித்தார்:

ஜீவன் மேலுலகுக்குச் சென்று சொர்க்க சுகம் அனுபவிக்கலாம் அல்லது நரகத்தில் விழுந்து வேதனை அனுபவிக்கலாம் அல்லது பறவை, விலங்கு போன்ற பிறவிகளை எடுத்திருக்கலாம்; பூமியில் புதல்வன் அளிக்கும் பிண்டம் இறந்தவனை எவ்வாறு சென்றடையும் என்று கேட்டாய் அல்லவா?

சிராத்தத்தில் அளிப்பவை பித்ரு கணங்களை (குழு) நோக்கிக் கொடுக்கப்படுகின்றன. மரணித்த ஜீவன், எந்த லோகத்தில் எந்த நிலையில் இருந்தாலும்

அவனுடைய நன்மையைக் கருத்தில் கொண்டு செயலாற்றும் அமைப்புக்கு பித்ரு கணங்களின் அமைப்பு என்று பெயர். இவர்களே பித்ரு தேவதைகள்.

சபிண்டீகரணத்திற்குப் பிறகு பித்ரு கணங்களின் மேற்பார்வையின் கீழ் ஜீவன் வருகிறான். ஓராண்டுக் காலப் பயணத்திற்குப் பிறகு ஜீவன் அவனுக்குரிய ஏதோ ஒரு லோகத்தில் நிலைபெறுகிறான். முக்தி அடைந்தவர்கள், ஆன்மீகச் சாதனையில் தீவிரமாக ஈடுபட்டு மேல்நிலை அடைந்தவர்கள் மிகவும் அரிதாக ஒரு சிலர் இருப்பார்கள். அவர்கள் உடனடியாக மேலுலகம் செல்வார்கள்.

ஆனால் சாதாரண ஜீவன்களுக்கு ஓராண்டுக் காலம் எம மார்க்கப் பயணம் உண்டு. நரகத்தில் வேதனை அனுபவித்த பின், சொர்க்கத்தில் சுகம் அனுபவிக்கும் சிலரும் இருப்பார். எந்த லோகத்தில் இருந்தாலும் சரி அல்லது மறுபிறவி எடுத்துவிட்டாலும் சரி அவர்களுக்கு எள்ளும் தண்ணீரும் பிண்டமும் கொண்டு சேர்க்கும் அமைப்பே பித்ரு கணம்.

எந்த ஜீவனுக்காக சிராத்தம் செய்யப்படுகிறதோ சரியாக அந்த ஜீவனுக்குச் சென்று சேர்ப்பார்கள். முப்பத்திரண்டு பித்ரு கணங்கள் உள்ளார்கள். 'விஸ்வேதேவர்கள்' என்ற அமைப்பு பித்ருக்களுக்கு உதவியாக இருக்கும். இந்த இரு அமைப்புகளும் பூமியில் அளிக்கப்படும் எள், நீர், அன்னப் பிண்டங்களுக்கு மகிழ்ந்து ஜீவனிடம் கொண்டு சேர்ப்பார்கள்.

ஒருவேளை இறந்தவன் புண்ணியவசத்தால் தேவலோகத்திற்குச் சென்று சேர்ந்துவிட்டால் பூமியில் அளிக்கப்படும் சிராத்தம் அமிர்தமாக மாறி அவர்களிடம் சென்று சேரும். ஜீவன் எந்த ஜென்மம் எடுத்துள்ளானோ அதற்குத் தகுந்த ஆகாரமாக சிராத்த அன்னம் மாறி, அவர்களைச் சென்றடையும். இதில் எந்த ஐயமும் இல்லை.

கந்தர்வர்களுக்குப் பூமியில் அளிக்கும் அன்னத்தின் சக்தியைப் போகமாக மாற்றி அளிப்பர் பித்ரு கணங்கள். மாடாகப் பிறந்தவருக்குப் புல்லாக மாற்றி அளிப்பர். பாம்பாகப் பிறந்தவர்களுக்கு வாயுவாக மாற்றி அளிப்பர். பறவையாக பிறந்தவருக்குப் பழங்களாகவும், ராட்சசனாக மாறியவருக்கு மாமிச வடிவத்திலும், பிசாசாக

மாறியவருக்கு அவற்றின் உணவான ரத்தமாகவும் மாற்றி அளிப்பர். மனிதனாகப் பிறந்திருந்தால் உணவும் நீருமாக மாற்றி அளிப்பர். இவ்விதமாக அந்தந்தப் பிறவிக்கு ஏற்ற உணவாக மாற்றி அளிப்பர்.

வேத மந்திரங்களையும், கோத்திர நாமங்களையும் தவறு ஏற்படாமல் கவனமாக உச்சரித்து சிராத்தம் செய்ய வேண்டும். தேவதைகள் மந்திரங்களால் ஆனவர்கள். மந்திரங்கள் சக்தி நிரம்பியவை. கர்த்தாவையும் உயிர் பிரிந்த ஜீவனையும் இணைப்பது மந்திரங்களே. அட்சர தோஷமோ, ஸ்வர தோஷமோ இன்றி சிரத்தையோடு மந்திரங்களை உச்சரிக்க வேண்டும்.

கருடா! ஓர் உதாரணம் கூறுகிறேன் கேள்! கருப்பையில் வளரும் சிசுவுக்கு உணவு அளிக்க வேண்டும் என்றால், தாய் தன் வயிற்றைக் கிழித்து உணவு ஊட்டுவதில்லை அல்லவா? தாய் தன் வாயில் இட்டுக் கொள்வதன் மூலம் தன்னுள் வளரும் குழந்தைக்கு உணவு ஊட்டுகிறாள். அதேபோல் பித்ரு கணங்கள் ஒரு தாயைப் போல பொறுப்பேற்று ஜீவர்களுக்கு உணவளிக்கிறார்கள்.

இங்கிருந்து சென்று பித்ருக்களாக மாறியவர்கள் பல நிலைகளில் இருப்பார்கள். கர்த்தா, ஸ்நானம் செய்தபின் அந்தத் துணியிலிருந்து வழியும் நீரைக் குடித்து தாகம் தீர்த்துக் கொள்ளத் துடிக்கும் பித்ருக்கள் உள்ளனர். கர்த்தா போஜனம் செய்த பிறகு அதே கையால் நீரெடுத்து விடும்பொழுது அந்த நீரைக் கோரும் பித்ருக்கள் சிலர் இருப்பார்கள். தரையில் தெளிக்கும் நீரை சில பித்ருக்கள் அருந்துவார்கள்.

இவர்கள் எல்லாம் பயங்கரமான நரகங்களில் லட்சக்கணக்கான ஆண்டுகள் அவதிப்படுபவர்கள். அதற்குள் எத்தனை தலைமுறை மாறி இருக்குமோ? ஆனாலும் வம்சத்தினர் விடாமல் அன்போடும் சிரத்தையோடும் சிராத்தம் செய்ய வேண்டும்.. அதற்காகவே சில கிரியைகள் கூறப்பட்டுள்ளன. பரிசேஷனம் போன்ற கிரியைகளில் இவை ஒரு பகுதி.

மானுடன் உயிர், உடல், உயிரணுக்களின் பாரம்பரியம், உடல்மொழி, உடலமைப்பு அனைத்தையும் தந்தையிடமிருந்தும் மூதாதையரிடமிருந்தும் பெறுகிறான்.

அதற்கு எப்போதும் நன்றி உடையவனாக இருக்க வேண்டும்.

ஹோமத்தில் அளிக்கும் அன்னத்தைச் சில பித்ருக்களும், காக்கைக்கு வைக்கும் அன்னத்தைச் சில பித்ருக்களும் ஏற்பார்கள். சிலருக்கு ஹோமத்தில் இட்ட உணவு சென்று சேராது. சிலர் விட்டெறிந்த உணவை ஏற்பார். ஒவ்வொரு ஸ்தாயியில் இருப்பவருக்கும் சிராத்தத்தின் போது அன்னம் அளிக்கப்படுகிறது. அவை அந்தந்த நிலையில் இருப்பவரிடம் சென்று சேருகிறது. தரையில் தர்ப்பை வைத்து அதன்மேல் பிண்டம் வைக்க வேண்டும். எல்லாவற்றுக்கும் ஒரு வரைமுறை உள்ளது. எனவே அனைத்து முறைகளிலும் அன்னம் அளிக்க வேண்டும்.

சிராத்தத்தில் போக்தாவாக வருபவர் பற்றிக் கூறுங்கள் பகவான், என்று கேட்ட கருடனிடம் பகவான் விவரிக்கிறார்.

50. சிராத்தத்தில் போக்தா

போக்தா என்றால் வரிக்கப்பட்ட பிராமணர்கள் என்று பொருள். முதல்நாளே சென்று போக்தாவிடம் தெரிவிக்க வேண்டும். நாளை நீங்கள் 'போக்தாவாக வாருங்கள்' என்று கூப்பிட வேண்டும். முதல்நாள் இரவு போக்தா போஜனம் எதுவும் செய்யாமல் இருக்க வேண்டும். மறுநாள் சிராத்தத்தில் போஜனம் செய்யும் வரை எதையும் உண்ணக் கூடாது. கர்த்தாவும் அதுவரை எதுவும் சாப்பிடக் கூடாது.

போக்தாவாக யார் நியமிக்கப்படுகிறார்களோ, அவர் உடலில் பித்ருக்கள் மூவரும் வந்து அமர்ந்து கொள்வார்கள்.இடையில் போக்தாவோ,கர்த்தாவோ ஏதாவது உண்டால், சிராத்த உணவைப் பித்ருக்கள் ஏற்க இயலாது. மதியம் சிராத்தப் போஜனம் உண்ட பிறகு இரவு பலகாரம் எதுவும் உண்ணக் கூடாது. அதனால் மதியமே திருப்திகரமாக உண்ண வேண்டும். மறுநாள் காலை ஸ்நானம் செய்யும் வரை இந்த நியமத்தைக் கடைப்பிடிக்க வேண்டும்.

51. சீதை பரிமாறிய சிராத்தம்

கருடன், பரமாத்மாவிடம் ‘பித்ருக்கள் மூன்று தலைமுறையினரும் போக்தாவின் உடலில் எவ்வாறு வந்து அமருவார்கள்?’ என்று ஆர்வத்தோடு கேட்டார்.

அதற்கு விஷ்ணு புன்னகைத்து, என் அவதாரம் ஒன்றில் நடந்த கதை ஒன்றைக் கூறுகிறேன் கேள் என்றார்.

தசரத மகாராஜா மரணித்தப்பின், ராமச்சந்திர மூர்த்தி ஆரண்யத்தில்கூடக் கர்மாக்கள் செய்து வருடாந்திர சிராத்தமும் செய்தார். புஷ்கரத் தீர்த்தத்தின் அருகில் விதிப்படி சிராத்தச் சடங்கு செய்தபோது முதல்நாள் இரவே சில ரிஷிகளை போக்தர்களாக வரும்படி அழைத்தார். மூன்று ரிஷிகள் திதிக்கு வந்து அமர்ந்தார்கள். சீதாதேவி சமையல் செய்தாள். சிராத்தத்தின் போது சமைப்பவர் போக்தா சாப்பிட்டு முடிக்கும் வரை அங்கேயே இருக்க வேண்டும். இல்லாவிட்டால் அந்தச் சமையல் பயன்படாது. சிராத்தத்தின் போது கர்த்தா, போக்தா, சமையல் செய்பவர் யாருமே ஆபரணங்கள் அணியக் கூடாது. சீதாதேவியும் ஆபரணங்கள் எதுவுமின்றி மரவுரியை நனைத்துப் பிழிந்து அணிந்து கொண்டு அன்னம் சமைத்தாள். பின்னர் போக்தர்களுக்கு பரிமாறினாள். உடனடியாக ஓடிச்சென்று செடி கொடிகளின்

பின்னால் மறைந்து நின்றாள். வியந்துபோன ராமனும் லட்சுமணனும் பரிமாறும் செயலைத் தொடர்ந்தனர்.

பிறகு சீதையிடம் கேட்டபோது, “நான் உணவு பரிமாறியபோது முதல் போக்தாவில் தசரத மகாராஜா தென்பட்டார். மீதி இருவரிலும் உங்கள் தாத்தாவும், உங்கள் கொள்ளுத் தாத்தாவும் தென்பட்டனர். தசரத மகாராஜா, நாம் வனவாசத்திற்குச் செல்லும் முன்பு ஒரு வார்த்தை சொன்னார். ‘சீதாதேவி காட்டுக்குச் சென்றாலும் மரவுரி தரிக்கக் கூடாது. உடல் நிறைய ஆபரணங்களோடு மங்கலகரமாக இருக்க வேண்டும்’ என்று கூறினார். இப்போது என்னை இந்த நிலையில் பார்த்தால் வருத்தப்படுவார் என்பதால் ஒளிந்து கொண்டேன்” என்றாள். ராமர் மகிழ்ச்சி அடைந்தார்.

இப்படி விஷ்ணுவே நேராக தன் அவதாரத்தில் நடந்த கதையைக் கருடனுக்கு விவரித்தார் என்று சூத முனிவர் நைமிசாரண்யத்தில் முனிவர்களிடம் எடுத்துக் கூறினார்.

52. சிராத்தம் செய்வதால் செய்பவருக்கு என்ன பயன்?

சிராத்தம் செய்பவருக்கு என்ன பலன் கிட்டும் என்று கருடன் கேட்டபோது, நாராயணன் பதிலுரைத்தார்.

சரியான காலத்தில் செய்யும் பித்ரு பூஜை, வம்சத்தில் யாருக்கும் எந்தத் தீங்கும் வராமல் பாதுகாக்கும். தீர்க்காயுள், புத்திரன், பௌத்திரன், கீர்த்தி, சொர்க்கம், செழுமை, பலம், செல்வம், நலம், தனம், தானியம், பசுக்கள் அனைத்தும் பித்ரு வழிபாட்டால் கிட்டும்.

அதனால், கருடா! தெய்வ பூஜையைவிட பித்ருபூஜை மிகச் சிறப்பானது. தேவதைகளை விடப் பித்ருக்களைத் திருப்தி அடையச் செய்வதே மங்கலத்தை அளிக்கக் கூடியது. இத்தகைய சிறப்பான ரகசியங்களைக் கருடனுக்கு நாராயணன் விளக்கிக் கூறினார் என்று சூத முனிவர் விளக்கினார்.

53. புண்ணியம் செய்தவர் செல்லும் எம லோகம்

'எமலோகம் பற்றி விளக்கமாகக் கூறுங்கள் பகவான்!' என்று வேண்டிய கருடனிடம் மகாவிஷ்ணு, எமலோக வர்ணனையைக் காதால் கேட்பவருக்கு நரக வேதனையை அனுபவிக்க வேண்டிய தேவை இருக்காது என்று பலஸ்ருதியை முதலில் கூறி விவரிக்க தொடங்கினார்.

தென்வாயில் வழியே பாவிகள் எமலோகத்திற்குச் செல்வார்கள் என்று கூறினேன் அல்லவா? மீதி உள்ள வாயில்கள் வழியே யார், யார் எமலோகத்துக்குள் செல்வார்கள் என்று கூறுகிறேன். கவனமாகக் கேள்!.

நான் விவரிக்கும் எமலோகம் மிகவும் பவித்திரமானது. நாரதர் போன்ற ரிஷிகளும் தேவதைகளும் எமலோகத்திற்குச் சென்று வருவார்கள். எம லோகத்திற்குச் செல்வது அத்தனை எளிதல்ல. எண்ணற்ற புண்ணியம் செய்தவருக்கு மட்டுமே வாய்க்கும் அந்த பாக்கியம்.

பூமியிலிருந்து நேராக வானை நோக்கிப் பார்க்கும்போது, தென்திசையில் நைருதி பகுதியில் எமலோகம் உள்ளது. அது வைரத்தால் ஆனது. அதனைத் துளைத்துக் கொண்டு யாராலும் உள்ளே புக முடியாது. சதுர வடிவில் உள்ள எம நகரம் நான்கு பிராகாரங்களோடு கூடியது. அதன் பரப்பளவு ஆயிரம் யோஜனைகள்.

54. சித்திரகுப்தனின் மாளிகை

எம லோகத்தில் நுழைந்தவுடன் முதலில் சித்திரகுப்தன் மாளிகை உள்ளது. இது மிக மிக அழகானது. இது இருபத்தேழு யோஜனை அகலமும், அதே அளவு நீளமும் கொண்டது. பத்து யோஜனை உயரம் கொண்டது. இதனைச் சுற்றி இரும்புப் பிராகாரம் உள்ளது. இங்கு அற்புதமான கொடிகள் பறக்கும். எம நகரத்தில் பூங்காக்களும், தேவ சிற்பிகள் செதுக்கிய சிற்பங்களும் மிகுந்துள்ளன. சங்கீதம், நாட்டியம் ஆகியவற்றோடு கந்தர்வர்களும், அப்சரஸ்களும் இங்கு சஞ்சரிப்பார்கள். சித்திரகுப்தனின் சபை மிகவும் சிறப்பாக விளங்கும். இவரை அனுசரித்து உதவி புரியும் குழுக்களும், பரிவாரக் கணங்களும் அநேகம் உண்டு. அவர்களின் உதவியோடு சித்திரகுப்தர் சகல உயிர்களின் ஆயுளையும் செயல்களையும் கணக்கிடுவார்.

55. ஜுர தேவதைகளின் சந்நிதிகள்

சித்திரகுப்தனின் மாளிகையைச் சுற்றி மேலும் பல மாளிகைகள் உள்ளன. கிழக்குப் பகுதியில் ஜுர தேவதைக்கான சந்நிதி உள்ளது. தென்பகுதியில் சூலநோய் வீடும், மேற்கில் எமபாச வீடும், அஜீரண ரோக வீடும் உள்ளன. வடக்கில் ராஜபிளவை, பாண்டுரோக சந்நிதிகள் உள்ளன. தென்கிழக்கில் தலைவலி தேவதையின் சந்நிதியும், அக்னி மூலையில் மூர்ச்சை வியாதி வீடும், நைருதி திசையில் அதிச்சார நோய் வீடும், வாயு மூலையில் குளிர் ஜுர வீடும் உள்ளன. ரோக தேவதைகள் அனைத்தும் எமனுடைய உத்தரவை எதிர்பார்த்துக் கொண்டு அந்தந்த மனைகளில் வசித்துக் கொண்டிருக்கும்.

56. எம தர்மராஜனின் மாளிகை

சித்திரகுப்தனின் மாளிகையில் இருந்து இருபது யோஜனை தூரத்தில் எமதர்மராஜாவின் ரத்தின மயமான மாளிகை மின்னல் போன்று பிரகாசமாக உள்ளது. எமனின் மாளிகை இருநூறு யோஜனை அகலமும், அதே அளவு நீளமும், பத்து யோசனை உயரமும் கொண்டது. இது ஆயிரம் தூண்களோடு கூடியது. இவை வைடூரியமும் ரத்தினங்களும் பதிக்கப்பட்டவை. வெண்மையாக பளபளவென்று ஜொலிக்கும் பல மாளிகைகள் அதில் உள்ளன. அவற்றின் மேல் சுவர்ணக் கலசங்கள் உள்ளன. அந்த மாளிகைகள் விசித்திரமான ஸ்படிக மணிகளால் அமைந்த படிகளும், வைரத்தால் இழைத்த சுவர்களும் கொண்டவை. ஒவ்வொரு ஜன்னலிலும் திரைச்சீலைபோல் முத்துக்கள் கோத்துத் தொங்க விடப்பட்டிருக்கும். சுவர்ணத் தோரணங்கள் கட்டப்பட்டிருக்கும். மிருதங்கம் முதலான நாதங்கள் கேட்டபடி இருக்கும். அற்புதமான, மங்கலகரமான பூங்காக்கள் நிறைந்த சூழல் நிலவும்.

எமன் எப்போதும் பாவிகளின் இடையில் அவர்களை அழுகையையும் ஓலத்தையும் கேட்டுக் கொண்டிருக்க மாட்டார். தன்னுடைய சுகமான மாளிகையில் அமைதியாக ஆனந்தமாக அமர்ந்திருப்பார். தண்டனை அளிக்கும்போது மட்டுமே அவருடைய தோற்றம் கடுமையாக மாறும்.

57. எமனுடைய சபையின் வர்ணனை

கருடா! அற்புதமான எமசபை எப்படி இருக்கும் என்பதை வர்ணிக்கிறேன், கேள்!.

எமனுடைய சபை நூறு யோஜனை விஸ்தீரணம் கொண்டது. சூரிய பிரகாசத்தோடு கூடியது. எப்படி வேண்டுமானாலும் மாறக்கூடிய காமரூபிணி அரங்கு அது. எமனின் சபை மிகக் குளிராகவும் இருக்காது. மிக வெப்பமாகவும் இருக்காது. மனதிற்கு உற்சாகமும் ஆனந்தமும் அளிக்கக்கூடிய தெய்வீகமான சபை அது.

எமனின் சபையிலும், தர்மராஜாவின் மாளிகையிலும் சோகம், மோகம், முதுமை, பசி, தாகம், விரும்பத்தகாதவை என்று எதுவும் இருக்காது. அங்கு சகல விருப்பங்களையும் நிறைவேற்றும் சக்திகள் இருக்கும். தெய்வீக விருப்பம், மானுட விருப்பம் இரண்டையும் தீர்க்கும் காமனா சக்திகள் (காமனா சக்திகள் — மன விருப்பத்தை நிறைவேற்றும் தேவதைகள்) அங்கிருக்கும். ருசிகரமான பட்சணங்களும், உணவு வகைகளும் நிரம்பி இருக்கும். எங்கு நோக்கினும் புண்ணியமானதும் மங்கலமானதுமான ஒலிகளோடு கூடியது எம சபை. இங்குள்ள விருட்சங்கள் வாடாத அழகிய மலர்களால் நிறைந்திருக்கும்.

மிக விசாலமான எமனின் சபையைத் தெய்வீகச் சிற்பி விஸ்வகர்மா நெடுங்காலம் தவம் செய்து

உருவாக்கினார். எமசபை நடுவில் சிம்மாசனத்தில் அமர்ந்திருக்கும் எம தர்மராஜனை தியானிப்பது மிக உயர்ந்த உபாசனைகளில் ஒன்று. எமனின் அருள் எப்படிப்பட்டது என்றால் மரணித்த உயிரைக் கூடத் திருப்பி அளிக்கக் கூடியவர். காலத் தத்துவமான விஷ்ணுவின் சொரூபமே எமனின் தத்துவம்.

இப்போது விவரித்த எமனுடைய மாளிகையும் சௌந்தர்யங்களும் சாந்தமான எமதரிசனமும் புண்ணியம் செய்த ஜீவர்களுக்கு மட்டுமே தென்படும். இவற்றைக் காதல் கேட்டால் கூட நரக வேதனையிலிருந்து தப்ப முடியும். அத்தனை புண்ணியம் வாய்ந்தது.

எமனுடைய சபையின் வர்ணனையை விவரித்த நாராயணனிடம், இங்கு எப்படிப்பட்டவர்கள் வந்து சேருவர் என்று கேட்டார் கருடன்.

எமனின் சபைக்கு யார் யார் வருவார்கள்?

கருடா! கேட்பாயாக. கடுமையான தவம் செய்தவர், நல்ல விரதங்களைக் கடைப்பிடித்தவர், சத்தியமே பேசுபவர், கர்மப் பலனைத் தியாகம் செய்தவர், சித்தர்கள், புண்ணியச் செயல்களைச் செய்து புனிதமானவர் போன்றோர் பிரகாசமான உடைகளோடு தெய்வீக ஆபரணங்கள் அணிந்து எமனின் சபையில் பிரவேசம் செய்வார்கள். எந்தத் தெய்வத்தை வணங்குபவரானாலும் இந்தச் சபையில் நுழைய வேண்டியவர்களே!

அந்த விஸ்தாரமான சபையில் எம தர்மராஜா சிம்மாசனத்தில் அமர்ந்திருப்பார். அந்த சுவாமியைத் தினமும் நினைத்து வணங்குவது மிகப் பெரும் தவம். அவருடைய ஆசனத்தை வர்ணிக்கிறேன் கேள்!

சிம்மாசனத்தில் அமர்ந்திருக்கும் எமனின் வர்ணனை

ரத்தினங்கள் பதிக்கப்பட்டு ஒளிவீசும் எமனின் சிம்மாசனம் பத்து யோஜனை விஸ்தீரணம் கொண்டது. அதன்மேல் அற்புதமான வெண்குடை உள்ளது. சிம்மாசனத்தில் அமர்ந்திருக்கும் எமன் எத்தனைக் கம்பீரமாக, அழகாக இருப்பார் தெரியுமா?

குண்டலங்கள் அணிந்து பிரகாசமான உடலோடு, திவ்யமான கிரீடம் தரித்து சர்வ அலங்காரங்களோடு

நீலமேகத்திற்குச் சமமான ஒளியோடு விளங்குவார் தர்மராஜன். இருபுறமும் அப்ஸரசுகள், சாமரமும் விசிறியும் கையில் பிடித்து வீசுவார்கள். சுற்றிலும் கந்தர்வ கணங்கள் வாத்தியங்களாலும், கீதங்களாலும் எமராஜனுக்கு சேவை புரிவார்கள். எமன், ஒரு கையில் பலமான, ம்ருத்யு கால பாசக் கயிற்றைப் பிடித்திருப்பார்.

சித்திரகுப்தரும் சிறந்த ஆசனதத்தில் அமர்ந்திருப்பார். சுற்றிலும் பாசத் தண்டத்தைக் கையில் பிடித்த 'மகா தண்டதரர்கள்' எனப்படும் கடுமையான தண்டனை அளிக்கும் கிங்கரர்கள் நின்றிருப்பர். பித்ருதேவதைகள் பல வடிவங்களில் எம தேவனை வணங்கி அங்கு இருப்பர். எமனுக்கு 'பித்ரு கண சுவாமி' என்ற பெயர் உள்ளது.

அக்னிஷ்வாதர், சோமகர், பர்ஹிதரர், ஸ்வதாவந்தர் போன்ற முப்பத்திரண்டு பித்ரு கணங்கள் அங்கு இருப்பர். பித்ரு கணங்களில் ரூபம் உள்ளவர், ரூபம் இல்லாமல் ஒளிக் கற்றையாக உள்ளவர் என்று இருவகை உண்டு. இவர்கள் முனிவர்களோடு சேர்ந்து எமதர்ம ராஜனை உபாசனை செய்து வழிபடுவர்.

தர்மத்தின் சொரூபமும், தர்மத்திற்கு அதிதேவதையுமான எமன், நாராயணனின் சொரூபம். எமனை உபாசனை செய்வதென்றால் தர்மத்தை உபாசனை செய்வதே!

மானுடன் மிகச் சிறிதளவு தர்மத்தைக் கடைப்பிடித்தாலும் மகிழக்கூடிய இறைவன் எம தர்மராஜன்.

தர்மராஜனைச் சுற்றிலும் உள்ள முனிவர்கள் யார் யார்?

அத்ரி, ஜமதக்னி, புலஸ்தியர், அகஸ்தியர், நாரதர், வசிஷ்டர், ப்ருகு போன்ற பல முனிவர்கள் அங்கிருப்பர். தர்மசாசனத்தை வியாக்கியானம் செய்யக்கூடிய தர்மவான்கள் பலர் அந்தப் பித்ரு ராஜசபையில் இருப்பார்கள்.

இன்னும் யார் யார் இருப்பார்கள்?

எண்ணிலடங்காத முனிவர்களும், சத்யவாதிகளும் நிறைந்திருப்பார்கள். திவ்யமான சரீரத்தோடு சூரிய வம்சத்தைச் சேர்ந்த சக்கரவர்த்திகளும், சந்திர வம்சத்தைச் சேர்ந்த சக்கரவர்த்திகளும் அங்கிருப்பார்கள். சக்கரவர்த்திகளில் பகீரதன், மனு, மாந்தாதா, சரகர், யயாதி, திலீபன், அம்பரீசர், முசுகுந்தர், துஷ்யந்தன், பரதன்,

சாந்தனு, பாண்டு முதலான உத்தமமான அரசர்கள் அங்கே இருந்து எமனை வணங்குவர். இந்த ராஜரிஷிகள் புண்ணிய ஆத்மாக்கள். இவர்கள் ப்ராத ஸ்மரணீயர்கள். காலையில் எழுந்ததும் நினைக்க வேண்டியவர்கள். இவர்கள் அங்கு எவ்விதம் இடம் பிடித்தார்கள் என்றால், பலப்பல அசுவமேத யாகங்கள் செய்ததன் காரணமாக தர்மராஜ சபையில் அமரும் தகுதி பெற்றார்கள்.

தர்மராஜ சபையில் தர்மத்தைத் தவிர வேற எதுவும் நிகழாது. அங்குப் பாரபட்சம் என்பது அணுவளவும் இருக்காது. அசத்தியமோ அசூயையோ அங்கு இடம் பெறாது.

அனைவரும் எமனை வழிபடுவர். பிரம்மாவின் ஆணை அது. சக்கரவர்த்திகளும் திவ்ய சரீரங்களோடு எம சபையில் வீற்றிருந்து தர்மராஜாவை வழிபடுவார்கள். அங்கு இருப்பவர்கள் அனைவரும் சாஸ்திர விதிகளை அனுசரிக்கும் தர்மவான்கள். 'வைவஸ்வதன்' என்று அழைக்கப்படும் எமனை உபாசனை செய்பவர்கள்.

இது தர்மராஜனின் மகாசபை. கருடா! தென்திசை வாயில் வழியே செல்லும் பாவிகள் இந்தத் தர்ம சபையைக் காண முடியாது.

58. யார் யார் எந்தெந்த வாயில் வழியாக எமசபைக்கு உள்ளே வருவார்கள்?

யார் யார் எந்தெந்த வாயில் வழியாக எமசபைக்கு உள்ளே வருவார்கள் என்று கேட்ட கருடனின் ஆர்வத்திற்கு மகிழ்ந்த நாராயணன், மேலும் விவரித்தார்.

கிழக்கு வாயில்

கிழக்கு வாயில் போக மயமானது. வழியெங்கும் கற்பக விருட்சத்தின் நிழல் பரந்திருக்கும். அந்தப் பாதையில் பல விமானங்கள் பறந்து கொண்டிருக்கும். ரத்தினத்தால் ஆன விமானங்களில் புண்ணியம் செய்த நன்மக்கள் பயணம் செய்து கொண்டிருப்பார்கள். அன்னப் பறவைகள் அங்கு திரிந்து கொண்டிருக்கும். அற்புதமான தோட்டங்களும் அமிர்தமயமான பழங்களும் நிறைந்து கிழக்கு வாயில் ஒளி மயமாக விளங்கும்.

அதன்வழியாக பிரம்ம ரிஷிகள், ராஜரிஷிகள், அப்சரஸ்கள், கந்தர்வர், வித்யாதரர், உரகர் எனப்படும் நாகர்கள் சென்று கொண்டிருப்பார்கள். கிழக்கு வாயில் வழியே இறைவழிபாடு செய்பவர், சிவ பக்தர், வெயில் காலத்தில் மக்கள் தாகம் தீர்ப்பதற்குத் தண்ணீர்ப் பந்தல் அமைத்தவர்கள், குளிர்காலத்தில் கணப்புத் தீ மூட்டி ஏழைகளை ஆதரிப்பவர்கள், மழை நாளில் பிரயாணிகளுக்குத் தேவையான சௌகரியங்களை செய்து அளிப்பவர்கள், வறியவர்களுக்கு வீடு, சத்திரம் கட்டித் தருபவர்கள், தானம் அளித்து

கௌரவத்தோடு பிறரை ஆதரிப்பவர்கள், துயரத்தில் இருப்பவருக்கு ஆறுதல் கூறுபவர் போன்ற சமூகச் சேவை செய்யும் புண்ணிய ஆத்மாக்கள் கிழக்குவாயில் வழியே உள்ளே செல்வர்.

சத்தியத்தோடும் தர்மத்தோடும் வாழ்பவர், பகையும் பேராசையும் அற்றவர், பெற்றோருக்குப் பக்தியோடு சேவை செய்பவர், குரு சேவையில் உயர்ந்தவர், பூமிதானம் செய்தவர், வீடு தானம், கல்வி செய்தவர், கல்வி கற்ற அறிஞர், புராணங்களை விரும்பிக் கேட்பவர், புராணங்களைப் பாராயணம் செய்பவர், இந்தப் பாதையின் வழியே எமதரிசனத்திற்குச் செல்வார்கள்.

வடக்கு வாயில்

அடுத்து இரண்டாவது வழியான வடக்குவாயில் வழியே யார் செல்வார்கள் என்று கூறுகிறேன் கேள்!. இந்தப் பாதையில் பலவித ரதங்கள் சென்று கொண்டிருக்கும். இதன் வழியே செல்பவர்கள் ஹரி சந்தனம் பூசி ஆனந்தமாக ரதங்களில் செல்வார்கள். வழியில் இருக்கும் பல அழகிய குளங்களும் ஏரிகளும், அன்னப்பறவை, சக்கரவாகம் போன்ற நீர்ப் பறவைகளால் நிறைந்திருக்கும். இந்தப் பாதையில் அமிர்தமயமான பொய்கைகளும் அற்புதமான விருட்சங்களும் இருக்கும்.

இந்தப் பாதையில் செல்பவர்கள் பற்றி கூறுகிறேன் கேள், கருடா!

இதில் வேதம் விதித்த செயல்களைச் செய்தவர்கள்; அதிதிகள் எனப்படும் தாமாக வந்த புதியவர்களையும், அப்யாகதர்கள் எனப்படும் நாம் அழைத்த விருந்தாளிகளையும் வணங்கி உணவளித்தவர்கள்; துர்காதேவியின் பக்தர்கள், சூரிய தேவனை வழிபடுபவர் ஆகியோர் இந்தப் பாதை வழியே எமனுடைய தரிசனத்திற்குச் செல்வர்.

புண்ணிய காலங்களில் புனிதமான தீர்த்த யாத்திரை செல்பவர்கள், தர்ம யுத்தத்தில் மரணமடைந்தவர்கள், உபவாசம் செய்தபோது மரணமடைந்தவர்கள், காசி க்ஷேத்திரத்தில் மரணம் அடைந்தவர்கள், பிரம்ம தீர்த்தத்தில் இறந்தவர்கள், இறைவழிபாடு செய்யும்போது இறந்தவர்கள், புண்ணியத் தீர்த்தங்களில் இறந்தவர்கள், தேவர்களைக் காப்பதற்காகப் போர் புரிந்து மரணம் அடைந்தவர்கள், யோகத்தால் உடலைத் துறந்தவர்கள்,

சத் பாத்திரமானவரை (ஆசிரியர் குறிப்பு: வேதம் படித்தவர், நன்னடத்தை உடையவர், பிறரை துன்புறுத்தாதவர் போன்ற நற்குணங்கள் நிறைந்தவர் சத் (நல்ல) பாத்திரம். பாத்திரம் என்பது தானம் அளிப்பதற்கும் தானம் ஏற்பதற்கும் உரியவரைக் குறிக்கிறது) வணங்கியவர்கள், தானம் அளிக்கும் கொடை வள்ளல்கள் ஆகியோர் இந்த வடக்கு வாயில் வழியே எம தரிசனம் செய்து பின்னர் புண்ணிய லோகங்களுக்குச் செல்வர்.

மேற்கு வாயில்

மேற்கு வாயில் வழியே செல்பவர் பற்றிக் கூறுகிறேன் கேள்! இது ரத்தின மயமான பாதை. அமிர்தம் போன்ற அற்புதப் பழங்கள் நிறைந்த விருட்சங்களும், தடாகங்களும் நிறைந்தவை.. ஐராவதத்துக்குச் சமமான 'மாதங்க கஜம்' எனப்படும் உயர்ந்த ஜாதி யானைகள் இங்கு அலைந்து கொண்டிருக்கும். தேவர்களின் அஸ்வமான உச்சைஸ்ரவத்திற்குச் சமமான உயர்ஜாதிக் குதிரைகள் இங்குத் திரிந்து கொண்டிருக்கும்.

இதன்வழியே செல்பவர்கள் ஆத்ம விசாரணை செய்தவர்கள், சாஸ்திரங்களை ஆராய்ந்து அறிந்தவர்கள், விஷ்ணு பக்தியில் சிறந்தவர்கள், காயத்ரி ஜபம் செய்வதில் சிறந்தவர்கள், பிறரைத் துன்புறுத்தாதவர்கள், பிறர் பொருளுக்கு ஆசைப்படாதவர்கள், பிற பெண்களின் மேல் ஆசை வைக்காதவர்கள், தன் மனைவியைக் கைவிடாமல் நேசிப்பவர்கள், நித்தியம் அக்னிஹோத்திரம் செய்பவர்கள், வேத பாராயணம் செய்பவர்கள். பிரம்மச்சரியம் கடைப்பிடிப்பவர்கள், வானப்பிரஸ்த ஆஸ்ரமத்தில் நிலைபெற்றவர்கள், தவசிகள், சந்நியாசத்தில் நிலைபெற்றவர்கள், மண்ணையும் பொன்னையும் ஒன்றாகக் கருதுபவர்கள்,ஞானம் வைராக்கியம் நிரம்பப் பெற்றவர்கள், பிறர் நலம் விரும்புபவர்கள், சிவ விரதம், விஷ்ணு விரதம் மேற்கொள்பவர்கள், செய்த செயல்களின் பலனை பிரம்மார்ப்பணம் செய்தவர்கள், பித்ரு, தேவர், ரிஷிகளின் கடனைத் தீர்த்துக் கொண்டவர்கள், ஐந்து மஹா யக்ஞங்களைச் செய்தவர்கள், சரியான காலத்தில் சந்தியாவந்தனம் செய்து வழிபடுபவர்கள், நீசகர்களோடு சேராமல் சத்சங்கத்தில் இருப்பவர்கள் ஆகியோரை அப்ஸரசுகள் உடனிருந்து விமானங்களில் அழைத்துச் செல்வர். இவர்கள் விமானங்களில் ஏறி அமர்ந்து அமிர்தபானம் செய்தபடி பயணம் செய்வார்கள்.

59. எமன் எவ்வாறு தரிசனம் தருவார்?

இந்த மூன்று வாயில் வழியாகவும் உள்ளே வருபவர்களைப் பார்த்து எமதர்ம ராஜன் இருக்கையில் இருந்து எழுந்து நின்று, 'வாருங்கள் வாருங்கள்' என்று வரவேற்பார். அற்புதமான இருக்கைகளில் அவர்களை அமர வைத்து, அர்க்ய, பாத்யங்கள் அளித்து நமஸ்காரம் செய்வார். சந்தனம் போன்றவை அளித்து பூஜை செய்வார்.

அப்போது அவர்களுக்கு எமன் எவ்வாறு தெரிவார் என்று விவரிக்கிறேன், கேள்!

சங்கு, சக்கரம், கதை, பத்மம் தரித்து நான்கு புஜங்களோடு நீலமேக சியாமளனாக தரிசனம் அளிப்பார். புண்ணியம் செய்து தன் தரிசனத்திற்கு வந்தவர்களைச் சினேகத்தோடு நட்பு பாராட்டி ஆதரிப்பார். எமனின் சபையில் அமர்ந்திருப்பவர்களிடம், வருகை தந்த புண்ணிய ஆத்மாக்களை வணங்கச் சொல்வார். ரிஷிகளும் தேவதைகளும் புண்ணிய ஜீவர்களை வணங்கி வழிபடுவர்.

வந்தவர்களை வரவேற்று எமன் கூறுவார், 'அறிவிற்சிறந்த மகாத்மாக்களே! பூமியில் இருந்தபோது நரகத்திற்கு அஞ்சி, நற்செயல்களைப் புரிந்தீர்கள். அதனால்தான் மானுடரான நீங்கள் தேவர்களானீர்கள். கிடைத்தற்கரிய மானுடப் பிறவி எடுத்தும்கூட தேவர்கள் ஆவதற்கு

முயற்சிக்காதவர்கள் நரகத்தில் விழுவார்கள். நீங்களோ நற்செயல் புரிந்து தேவர்களாகுவதற்கு முயற்சித்தீர்கள். பாவிகள், நிலையற்ற உடலை நினையானது என்று பிரமையாக எண்ணி பாவங்கள் செய்து நரகத்தில் உழல்கின்றனர். நீங்களோ நிலைத்த சுகமான தேவநிலைக்காக நிலையற்ற உடலுக்கான சுகங்களைத் துறந்தீர்கள். காலையில் சமைத்தால் மாலையில் பாழாய்ப் போகும் அன்னத்தைப் புசிக்கும் மானுட உடல் மட்டும் பாழாய்ப் போகாமல் இருக்குமா என்ன? அதனால் உடலோடு இருக்கும்போதே கவனமாக நற்செயல் புரிந்து, தர்ம வழியில் நடந்து நரக வேதனையிலிருந்து காத்துக் கொள்ள வேண்டும். இறைவன் அளித்த புலன்கள், செல்வம், அறிவு அனைத்தையும் நற்செயல்களுக்காகப் பயன்படுத்தினீர்கள். அதனால் புண்ணியமான இந்த இடத்தை வந்தடைந்தீர்கள். நீங்கள் இன்னும் சிறந்த புண்ணிய லோகங்களுக்குச் செல்வீர்கள். வழியில் அனைவரும் உங்களை வழிபடுவார்கள்.' இப்படியெல்லாம் கூறி, அவரவர் செல்ல வேண்டிய மேல்நிலைக்கு ஏற்ற விமானங்களில் ஏற்றி வழி அனுப்பி வைப்பார் எமதர்ம ராஜன். மேலும், இவர்கள் மட்டுமே என் லோகத்தில் இருந்து வெளியே செல்ல முடியும் என்றும் கூறுகிறார் எமன்.

எமனின் சபையிலேயே இருக்க விருப்பம் கொள்ளும் சிலரைத் தன் உலகத்தில் மகிழ்வாக இருக்க அனுமதிப்பார். அவர்கள் பல போகங்களை அனுபவித்த பின்னர் பூமியில் உத்தமமான மானுடனாகப் பிறந்து, சாஸ்திர விதிகளின்படி வாழ்ந்து, ஆத்ம ஞானம் பெற்று கைவல்யம் அடைவார்கள்.

60. நாராயணன் விவரிக்கும் அந்தர்முகத் தியான முறை

கருடா! மனித உடலுக்கு இரண்டு வித இயல்புகள் உண்டு. ஒன்று உலகியல் உடல். இரண்டாவது பரமார்த்த உடல். முதலாவது விவகார சரீரம். ரத்தம், மாமிசம், எலும்பு, மஜ்ஜை போன்றவற்றால் ஆனது. இதே உடலில்தான் பரமார்த்தச் சரீரமும் உள்ளது. அது கண்களுக்குப் புலப்படாது. பருஉடலைப் பரமார்த்த உடலாக தரிசித்து தியானம் செய்தால், உலகியல் உடல், தெய்வீக உடலாக மாறும். உடல் வீழ்ந்த பின்னர் ஜீவன் தெய்வீக நிலையை அடைய முடியும். பரமார்த்த உடலில் சகல உலகங்களும் உள்ளன. பர்வதங்களும் தீவுகளும் சமுத்திரங்களும் ஆதித்தியன் முதலான நவகிரகங்களும் உள்ளன. இவை கண்ணுக்குத் தென்படாவிட்டாலும், இருப்பதாக எண்ணி தியானம் செய்ய வேண்டும். மனிதப் பிறவியை வீணடிக்காமல் நியமத்தோடு உடலைச் சரியாகப் பயன்படுத்தி பரமார்த்த பிரயோஜனத்தை அடைய வேண்டும்.

முழுமையான விஸ்வமும் மனித உடலில் உள்ளது. அதனை அறிவதற்கு தியானம் செய்ய வேண்டும். நான் கூறும் இந்த பாவனையை யார் செய்வாரோ அவருடைய உடல் 'விராட் புருஷ'னின் சரீரமாக மாறும். மனித உடலில் உள்ளங்கால்களில் தலம், பாதங்களில் விதலம், இதயத்தில் சுவர்லோகம், கழுத்தில் மகர லோகம், லலாடத்தில் தபோலோகம், சஹஸ்ராரம் எனப்படும் பிரம்மரந்திரத்தில்

சத்தியலோகம் என்று இவ்விதம் பதினான்கு புவனங்களும் உள்ள மானுட உடலில் இதய பீடத்தில் முக்கோணம் உள்ளது.

அதில் மேருபர்வதம், அதன்கீழே மந்தர பர்வதம், கிழக்கில் கைலாசம், இடதுபுறம் ஹிமாலயம், மேலே நிஷதம், தெற்கில் கந்தமாதநம், இடப்புறம் ரமணம் என்ற தெய்வீகப் பர்வதங்கள் உள்ளன. எலும்புகளில் ஜம்பூத்வீபம், மஜ்ஜையில் சாகத்வீபம் உள்ளன. இவ்விதம் தியானம் செய்ய வேண்டும்.

கருடா! காலை வேளையை மல மூத்திரங்களை வெளியேற்றுவதற்கும், பகலில் உணவு உண்பதற்கும், இரவில் உறங்குவதற்கும் மைதுனத்திற்கும் உடலைப் பயன்படுத்துபவர்கள் நான் கூறும் உயர்ந்த தியானம் பற்றி அறிய மாட்டார்கள்.

'பகவானே! உடலால் என்ன செய்ய வேண்டும்?' என்று ஆர்வத்தோடு கேட்ட கருடனிடம் விளக்குகிறார் நாராயணன்.

கருடா! மனிதன் தன்னுள் உள்ள தெய்வத்தன்மையை அறிந்து கொள்ள வேண்டும். இவ்வாறு பயிற்சி செய்தால் தெய்வீகத்தின் மூலமாக பரமாத்மா தானே என்று அறிவான்.

மானுடன் சூரியன் உதிப்பதற்குள் துயிலெழுந்து, படுக்கையிலேயே பத்மாசனத்தில் அமர்ந்து, ஆறு யோகச் சக்கரங்களையும் சிந்தனை செய்ய வேண்டும். ஷட் சக்கரங்களில் அலையும் பிராண சக்தியின் பெயர் 'அஜபா நாம காயத்ரி'. மூலாதாரம், ஸ்வாதிஷ்டானம், மணிபூரகம், அனாஹதம், விசுத்தி, ஆக்ஞா, சஹஸ்ராரம் என்ற சக்கரங்கள் முக்கியமானவை. மூலாதாரத்தில் இருந்து தொடங்கும் சுவாசம் சகஸ்ராரத்தை அடையும்வரை பல படிகள் உள்ளன. ஒவ்வொரு படியிலும் சுவாசத்தின் அசைவிற்கு ஒரு ஸ்தானம் உண்டு. ஒவ்வொரு படியைத் தாண்டும் போதும் ஒரு தெய்வீக சக்தி கைவரப்பெறும்.

மூலாதாரம் கணேசரின் இடம். அடுத்து, பிரம்மா, விஷ்ணு, சிவன், ஜீவஸ்தானம், குரு ஸ்தானம், இறுதியாக பரபிரம்ம ஸ்தானம். இதில் மானுடன் எடுக்கும் சுவாசம் ஒரு நாளில் சூரியோதயத்திலிருந்து 21,600 முறை. இந்தச்

சுவாசம் ஹம்சம் எனப்படுகிறது. இவற்றில் கணபதிக்கு 600 சுவாசங்கள், பிரம்மாவுக்கு 6,000, ஹரிக்கு 6,000, சிவனுக்கு 6,000, ஜீவாத்மாவுக்கு 1,000, குருவுக்கு 1,000, பரப்பிரம்மாவுக்கு 1,000 சுவாசங்களை அளிக்க வேண்டும்.

சூரிய உதயத்திலிருந்து முதல் 600 சுவாசம் எடுக்கும் நேரம் மூலாதாரத்தில் கணபதியைத் தியானம் செய்வதற்கு அனுகூலமான காலம். இவ்விதம் பரப்பிரம்ம சிந்தனை செய்ய வேண்டும். செய்யும் ஜப எண்ணிக்கையை அந்தந்த தேவதைகளுக்கு நிவேதனம் செய்ய வேண்டும். இவற்றைப் பற்றி முழுவதும் சம்பிரதாயப்படி குரு உபதேசத்தில் அறிய வேண்டும்.

சக்கரங்களில் இருக்கும் கிரணங்களை 'மயூகம்' என்பர். இதுபற்றிய ரகசியங்களை அருணன் முதலானவர்கள் தெரிவித்தார்கள். சுகப்பிரம்மம் போன்ற முனிவர்கள் இவற்றை அறிந்து கொண்டு தியானம் செய்தார்கள். இந்த அந்தர்முகத் தியானத்தை மானசீகமாகச் செய்தபின் ஸ்னானம், சந்தியாவந்தனம் செய்து ஹரியையும் ஹரனையும் அர்ச்சனை செய்து வழிபட வேண்டும். அந்தர்முகத் தியானத்தில் ஆழும் வரை, வெளிப்படையான பாஹ்ய பூஜை செய்து தீர வேண்டும்.

எது பந்தத்தில் இருந்து விடுதலை அளிக்குமோ அதுவே கர்மயோகம். எது மோட்சத்தை அளிக்குமோ அதுவே ஞானயோகம். மீண்டும் பிறவிச் சுழலில் சிக்க வைக்கும் செயல்கள் கர்மயோகம் அல்ல. எது சம்சாரப் பந்தம் என்னும் பிறப்பு இறப்பு சுழலில் இருந்து விடுதலை அளிக்குமோ அதுவே கர்மயோகம்.

61. என்னை நம்பியவன் கெடுவதில்லை

கருடா! ‘உடலே நான்’ என்ற உணர்வு இருக்கும் மனிதன் என்னைப் பக்தியோடு வழிபட வேண்டும். விஷ்ணு சிந்தனை, விஷ்ணு கீர்த்தனை, விஷ்ணு ஆராதனை, விஷ்ணு சேவையில் எப்போதும் மனம் ஒன்றி ஈடுபட வேண்டும்.

மோட்சமார்க்கம்,தவம்,யோகம்,அந்தர்முகத்தியானம், பிரம்ம விசாரணை இன்னும் பல வழிமுறைகள் உள்ளன. இவற்றை எல்லோராலும் கடைப்பிடிக்க இயலாது. எனவே எளிதான பக்தி மார்க்கத்தில் செல்ல வேண்டும். பிரம்மா முதற்கொண்டு ரிஷிகள் வரை வேதங்கள் அனைத்தையும் ஆராய்ந்து, யக்ஞம் முதலான நற்செயல்கள் மூலம் கிடைக்கப் பெறுவது விஷ்ணு பக்தியே என்று தீர்மானமாகக் கூறிவிட்டார்கள். பக்தி மூலம் சாதகன் விரைவில் அந்தர்முகத் தியானத்தைப் பெற முடியும்.

நற்செயல்கள் புரிவதால் சித்தம் தூய்மையாகிறது. தூய்மையான சித்தம் கொண்டவருக்கு என் மேல் பக்தி கிடைக்கிறது. என் மீது ஒருமுறை பக்தி கொண்டவன் வாழ்வில் வீணாக மாட்டான். என்னை நம்பியவன் கெடுவதில்லை. எத்தனை நூல்களைப் படித்தாலும் ஆத்ம ஞானத்தை அறிந்து கொள்ளாவிட்டால் அத்தனையும் வீண். ஏனென்றால் ஆன்மிகச் சாதனைகள் அனைத்தும் ஆத்ம ஞானம் அளிப்பதற்காக ஏற்பட்டவையே. பகவானிடம் ஏற்படும் பக்தியே இறைவனைப் பற்றிய ஞானத்தை அளிக்கிறது.

62. நாராயணம் விளக்கும் பிரம்ம ஞானம்

ஞானம் என்றால் அனுபவ அறிவு. இறைவனின் தத்துவத்தை அனுபவத்தால் அறிந்த பின், 'நான்' என்ற ஜீவபாவனை விலகிப் போகும். 'இருப்பதெல்லாம் அது ஒன்றே' என்ற அனுபவ அறிவு ஏற்படும். அதுவே பிரம்மஞானம். பக்திக்கும் பிரம்மஞானத்திற்கும் உள்ள தொடர்பு இது.

'ஏகோதேவா:' என்றால் சுயம் பிரகாசமான ஆத்மா ஒன்றே என்று பொருள். முக்குணங்களுக்கு அப்பாற்பட்டவனான இறைவன், சர்வஞன். நிர்மலமானவன். அதுவே அத்வைதம். சச்சிதானந்தம். நிர்குணம். இறைவனின் அம்சமான ஜீவன், 'உடலே நான்' என்று, உடலோடு தன்மயமான நிலையில் ஜீவனாக இருக்கிறான். உடலோடான தன்மயத்துவம் நீங்கப் பெற்றால் பரமாத்மாவாகிறான்.

ஆனால், ஜீவனால் உடனே 'நான்' என்ற பிரம்மையில் இருந்து மீள்வது அத்தனை எளிதல்ல. அதற்காகவே நான் கூறிய சாதனைகளைச் செய்ய வேண்டும். மானுடப் பிறவியைச் சரியாகப் பயன்படுத்த வேண்டும். மனிதப்பிறவி எடுத்தவன் மட்டுமே பிரம்ம ஞானத்தை அடைய முடியும். அத்தகைய மனிதப்பிறவி எடுத்தும்கூட ஆத்ம ஞானத்தை அறியாவிட்டால் அவன் 'ஆத்மஹத்யை' செய்தவனாகிறான்.

கருடா! எத்தகைய விந்தை பார்த்தாயா? மனிதன் சுற்றிலும் உள்ள பிரபஞ்சத்தில் எதுவும் நிலையற்றது, அனைத்தும் அழிந்து போகக்கூடியவையே என்று பார்த்த பின்பும், சாஸ்திர நூல்கள் மூலம் அறிந்த பின்பும்கூட சத்தியத்தை தெரிந்து கொள்ள இயலாமல் உள்ளான்.

இது எப்படிப்பட்டது என்றால், மது மயக்கத்தில் இருப்பவன் தன்னைச் சுற்றிலும் என்ன உள்ளது, எப்படி உள்ளது என்பதை அறியாததுபோல், மகா மோகம் என்னும் சுரபான மதுவைக் குடித்ததால் மானுடன் வாழ்க்கையின் மதிப்பை உணர்ந்து அதனை நல்லபடி பயன்படுத்துவதில்லை.

இந்த உடலோடு சாஸ்வதமாக வாழ்ந்து விடலாம் என்று மானுடன் நினைத்தாலும் அது நடக்காது. நற்செயல்களால் தூய்மையான சித்தமும் அதன்மூலம் பராபக்தியும் (பிரம்மத்தை பற்றிய அறிவே பராபக்தி), அதன்மூலம் ஆத்மஞானமும் பெறும்போது அது கைவல்யம் பெறுவதற்குக் காரணமாகிறது.

தத்துவஞான உணர்வின்றி, வெறும் செயல்களிலேயே ஊறி இருப்பவர், பக்தியின்றி சாஸ்திர அறிவில் திளைப்பவர் போன்றோர், சந்தனக் கட்டைகளைச் சுமந்து செல்லும் கழுதை போன்றவர்கள். இவர்களுக்குப் பாவங்கள் கரையுமே தவிர மோட்சம் கிடைக்காது. மோட்சத்திற்கு உள்ள ஒரே மார்க்கம் தத்துவஞானம்.

பாம்பை அடிப்பதற்காக ஒருவன் பாம்புப் புற்றை உடைத்தானாம். அதுபோன்றதே தத்துவ ஞானத்தோடு கூடிய பக்தி இல்லாமல் உபவாசம் போன்ற செயல்களால் உடலில் வருத்திக் கொள்வதும்.

அஞ்ஞானத்தை அழிக்கும் ஒரே உபாயும் தத்துவஞானம் பெறுவது.

தலையில் வைத்த பூவின் மணத்தைத் தலையால் உணர முடியாது. நாசிதான் உணரமுடியும். அதுபோல சாஸ்திரங்களைக் கரைத்துக் குடித்துவிட்டு சொற்பொழிவு ஆற்றுவார்கள் சிலர். அதிலிருந்து சாரத்தை கிரகித்து சிலர் உய்வடைவார்கள்.

ஆத்மஞானத்தை போதிக்கும் பொருள்பொதிந்த சாஸ்திரங்களைப் படித்தும் தத்துவஞானத்தை அறியாதவர்கள், ஆட்டுக்குட்டியைத் தோளில் சுமந்துகொண்டே, அது கிணற்றில் விழுந்து விட்டதோ என்று தேடுபவருக்குச் சமம்.

கருடா! தத்துவஞானத்தை அனுபவத்தில் அறிந்தபின் சாஸ்திர அறிவு தேவையில்லை. கரை சேர்ந்த பின் படகு தேவை இல்லை அல்லவா?

'அத்வைதம்' என்பதே நிர்குணத் தத்துவம். இரண்டாவது என்பது இல்லை. இருப்பதாக நினைப்பது பிரமை மட்டுமே. அத்வைதம் ஒன்றே பரம சத்தியமானது அதுவே மோட்சம். அதைப் பெறுவதற்காகவே இத்தனை சாதனைகளை ஆற்ற வேண்டியுள்ளது என்று வைகுண்டத்தில் இருந்து நாராயணன் கருடனுக்கு விளக்கி அருளினார்.

இவ்விதம் கருட புராணத்தின் இறுதி அத்தியாயத்தில், கருடனுக்கு நாராயணன் பிரம்மஞானம் பற்றி விளக்கிக் கூறினார் என்று சௌனகாதி முனிவர்களிடம் சூத முனிவர் தெரிவித்தார்.

(கருட புராணம் முற்றிற்று.)

ஸ்வஸ்தி

சுபம் ப்ரூயாத்

மங்களம் பகவான் விஷ்ணு: மங்களம் கருடத்வஜ:

மங்களம் புண்டரீகாக்ஷா மங்களாயதனோ ஹரி:

மங்களம் பவது.

ஓம் நமோ நாராயணா

புண்ணியம் அளிக்கும் இந்தக் கதையைக் கேட்பவரும், பிறருக்கு எடுத்துக் கூறுபவரும் பாவங்கள் நீங்கி நல்ல நிலையை அடைவர்.

www.ingramcontent.com/pod-product-compliance
Lightning Source LLC
LaVergne TN
LVHW100303051026
849517LV00006B/2176
9789395272155